# இந்திரா காந்தியின் நெருக்கடிநிலை அறிவிப்பு

## 48 ஆண்டுகளுக்குப் பின் சில சிந்தனைகள்



அ. மார்க்ஸ் தேர்வு செய்யப்பட்ட படைப்புகள்

தொகுதி 2

# இந்திரா காந்தியின் நெருக்கடிநிலை அறிவிப்பு

## 48 ஆண்டுகளுக்குப் பின் சில சிந்தனைகள்

அ. மார்க்ஸ் தேர்வு செய்யப்பட்ட படைப்புகள்

தொகுதி 2

எழுத்து
பிரசுரம்

Title: A. Marx Thervu Seyyappatta Padaippugal PART-2
Author's Name: A. Marx

Published by Ezutthu Prachuram



Ezutthu Prachuram
(An imprint of Zero Degree Publishing)
No. 55(7), R Block, 6th Avenue,
Anna Nagar,
Chennai - 600 040

Website: www.zerodegreepublishing.com
E Mail id: zerodegreepublishing@gmail.com
Phone : 89250 61999

Ezutthu Prachuram First Edition: January 2024
ISBN: 978-93-95511-89-6
TITLE NO EP: 482

Cover Design & Layout: Vijayan, Creative Studio

# பொருளடக்கம்

## பேராசிரியர் சிவத்தம்பியும் நவ சிந்தனைகளும்



## திரு.வி.க. பார்வையில் பௌத்தம்

# 1. நிலைக்குமா இந்திய ஜனநாயகம்

சுதந்திர இந்திய வரலாற்றின் இருண்ட காலமாகக் கருதப்படும் நெருக்கடிநிலை அறிவிப்பின் (25 ஜூன் 1975 - 21 மார்ச் 77) 25-ஆம் நினைவு தினத்தைப் போலவே 40-ஆம் நினைவு தினமும் மத்தியில் பா.ஜ.க தலைமையிலான ஆட்சி நடக்கும் போதுதான் அமைந்தது. நெருக்கடி நிலையின்போது ஒடுக்கு முறைக்கு ஆளான கட்சிகளுள் இன்றைய பா.ஜ.க.வின் முந்தைய வடிவமான பாரதீய ஜனசங் கட்சியும் அதன் வழிகாட்டு அமைப்பான ஆர்.எஸ்.எஸ்.சும் முக்கியமானவை. அப்போது கைது செய்து சிறையில் அடைக்கப்பட்ட 1,40,000 பேர்களில் வாஜ்பேயி, அத்வானி முதலான பா.ஜ.க. தலைவர்களும் அடக்கம். ஆர்.எஸ்.எஸ் தலைவர்கள் பலர் அன்று தலைமறைவாயினர்.

பா.ஜ.க.வின் முக்கிய எதிரியான காங்கிரசைத் தோலுரிப்பதற்குப் பின்னாளில் அவர்களுக்கு ஒரு அருமையான சந்தர்ப்பம் ஆக இந்த நெருக்கடிநிலை அறிவிப்பு அமைந்தது. தவிரவும் நெருக்கடி நிலை அறிவிப்பிற்கு ஒரு காரணத்தை ஆட்சியாளர்களுக்கு அளித்த ஜெயப்பிரகாசரின் “நவ நிர்மாண்” இயக்கத்தின் மூலம் மேலுக்கு வந்தவர்தான் நரேந்திர மோடி. இதுபோன்ற

சந்தர்ப்பங்களைத் திறமையாகப் பயன்படுத்திக் கொள்ளும் பா.ஜ.க. இந்த இரண்டு முறையும் இதைக் கண்டு கொள்ளவில்லை என்பது கவனிக்கத்தக்க ஒன்று. “அரசியலில் இதெல்லாம் சகஜமப்பா” என காங்கிரஸ் ஆட்சியில் மேற்கொள்ளப்பட்ட இந்த இந்திராவின் ஜனநாயக மறுப்பைக் கண்டுகொள்ளவில்லை. எந்த நினைவுக் கண்டனங்களும் இல்லாமல் அதனைத் தாண்டிச் சென்றார்கள். நெருக்கடி நிலை என்றெல்லாம் ஏதும் இல்லாமலே இன்று பா.ஜ.க.வினர் நெருக்கடி நிலைக்குரிய அதிகாரங்களை எல்லாம் பல்வேறு வழிகளில் இன்னும் கொடுமையாகச் செயல்படுத்திக் கொண்டிருப்பது தவிர இதற்கு வேறு காரணம் இல்லை.

நெருக்கடி நிலை அறிவிப்பின் மூலம் மேற்கொள்ளப்பட்ட அத்துமீறல்களுக்கு அப்பால் இந்த அறிவிப்பின் மூலம் இந்திரா இந்த நாட்டிற்குச் சொன்ன சேதி “அரசியல் சட்டம் அப்படி ஒன்றும் புனிதமானதல்ல; அரசியல் சட்டத்தைக் காட்டிலும் அரசுதான் புனிதமானது” என்பதுதான். இந்த அம்சத்தில் பா.ஜ.க. பெரிய அளவில் அன்றைய இந்திரா காந்தியிடமிருந்து வேறுபட்டிருக்கவில்லை. இரண்டாவது அவர்களுக்கு இந்திராவைக் காட்டிலும் காந்தி, நேரு அப்புறம் சோனியா, ராஜிவ் காந்தி முதலானோர்தான் முக்கிய எதிரிகள். இந்திராவைப் பொறுத்தமட்டில் அவரது ஜனநாயக அழிப்பு நடவடிக்கைகளை அவர்கள் பெரிதாகப் பார்க்கவில்லை. தவிரவும் காங்கிரசைப் பொறுத்தமட்டில் உலகளாவிய மனித உரிமைப் பிரகடனங்கள் எல்லாம் மேலெழுந்த காலத்தில் ஆளுகையைத் தொடங்கிய ஒன்று. மகாத்மா காந்தி, ஜவஹர்லால் நேரு போன்ற ஜனநாயக சக்திகளால் இயக்கப்பட்ட ஒன்று. உலகளாவிய மனித உரிமைப் பிரகடனங்களுக்கு மதிப்பளிக்கும் ஒரு பாரம்பரியம் அவர்களின் மூத்த தலைவர்களில் பெரும்பாலோருக்கு உண்டு. இந்திராவின் நெருக்கடி நிலை அறிவிப்பு அந்த வகையில் மிகப்பெரிய விலக்கு என்பதுதான்.

இந்த நாட்டையும், இந்த அரசையும் எல்லாவிதமான குழப்பங்களில் இருந்தும் காக்கவல்ல ஒரே சாத்தியமாகத்

தன்னை எப்படி இந்திரா முன்நிறுத்திக் கொண்டாரோ, அவ்வாறே இப்போது மோடியும் தன்னை நிறுத்திக் கொள்கிறார். காங்கிரசைப் பொறுத்தமட்டில் அடிப்படையில் அதை ஜனநாயகத்தை ஏற்காது மறுக்கும் கட்சி எனச் சொல்லிவிட முடியாது. ஆனால் பா.ஜ.க. ஜனநாயகம் எனும் கருத்தாக்கத்தை முற்றிலும் ஏற்காத ஒன்று.

நெருக்கடி நிலையின் 25-ஆம் நினைவு ஆண்டிலும் அதற்கு முந்தைய ஆண்டிலும் அத்துமீறல்களின்போது இந்திராவுக்கு நெருக்கமாக இருந்து வன்முறைகளில் துணைபோன பி.டி.பாண்டே, பி.கே. நேரு என்னும் இரு உயர் அதிகாரிகளை அன்றைய பா.ஜ.க. அரசு இந்தியாவின் இரண்டாவது உயர் விருதான ‘பத்ம விபூஷன்’ விருது அளித்து கவுரவித்ததும் இங்கு குறிப்பிடத்தக்கது.

தவிரவும் பா.ஜ.க. ஆட்சி உருவானபோது குடியரசுத் தலைவராக இருந்த பிரணாப் முகர்ஜி அப்போது அரசு அதிகாரத்தைக் கையில் எடுத்துக்கொண்டு அத்துமீறல்களை நேரடியாகக் கையாண்ட சஞ்சை காந்தியின் கையாள் என விமர்சிக்கப்பட்டவர். ஒன்றை நாம் நினைவில் கொள்ள வேண்டும். ஏழை எளிய மக்களுக்குக் குடும்பக் கட்டுப்பாடு அறுவை சிகிச்சையைக் கட்டாயமாகச் செய்தது, டெல்லியை அழகுபடுத்துவது என்கிற பெயரில் குடிசைப் பகுதிகளை அழித்தொழித்து மக்களை விரட்டியது, குடிமக்களுக்கு உயிர் வாழ்தல் உட்பட அடிப்படை உரிமைகளை மறுத்தது மற்றும் கடுமையான செய்தித் தணிக்கை முதலான வடிவங்களில் மட்டும் அன்றைய அத்துமீறல்கள் வெளிப்படவில்லை. இவற்றோடு இன்னும் பல்வேறு மட்டங்களில் இந்த ஜனநாயகத்திற்கு எதிரான அத்துமீறல்கள் அன்று வெளிப்பட்டன.

பெரிய அளவில் அமைச்சரவைக்கு இருந்த அதிகாரங்கள் பறிக்கப்பட்டன. அமைச்சரவையைக் கூட்டாமலேயே அமைச்சரவைக்கு அப்பாலிருந்த ஒரு சிறு குழுதான் 1975 ஜூன் 25 அன்றைய இரவு நெருக்கடி நிலையை அறிவிப்பதென முடிவு செய்தது என்பது உலகறிந்த உண்மை. முடிவெடுக்கப்பட்ட

பின்னர்தான் அன்றைய உள்துறை அமைச்சர் பிரும்மானந்த ரெட்டி அழைக்கப்பட்டு உரிய பரிந்துரையில் அவரது கையொப்பம் பெறப்பட்டது. அரசின் நிதி ஆதாரங்கள் சஞ்சை காந்தியைச் சுற்றியிருந்த கும்பலால் அப்படியான குழுமத்தின் விருப்பத்திற்குச் செலவிடப்பட்டன. சற்றே இடையூறாக இருந்த, ஓரளவு ஒப்பீட்டளவில் நேர்மையான நிதி அமைச்சரான சி.சுப்பிரமணியத்திடம் இருந்து முக்கிய அதிகாரங்கள் பறிக்கப்பட்டு எந்தப் பெரிய அனுபவமும் இல்லாத ஒருவரிடம் அவை ஒப்படைக்கப்பட்டன. அப்படி மேலுயர்ந்தவர்தான் பின்னாளில் குடியரசுத் தலைவரான பிரணாப் முகர்ஜி. 1973 தொடங்கி 1979 வரை முக்கிய நிதி சார்ந்த பொறுப்புகளில் செயல்பட்டவர் அவர் என்பது குறிப்பிடத்தக்கது.

இப்படியானவர்களின் ஆளுகையில்தான் இந்திய ஜனநாயகம் தொடர்ந்தது. இன்றும் இப்படியான, சொல்லப் போனால் இன்னும் மோசமான ஒரு பின்னணியில்தான் நாம் இப்போது நெருக்கடி நிலை காலத்தை மதிப்பிடுகிறோம்.

எத்தனை குறைபாடுகள் இருந்த போதிலும் உலகின் மிகப்பெரிய ஜனநாயக நாடு என்கிற பெருமை மட்டும் இந்தியாவுக்கு எப்போதும் உண்டு. மேலை நாடுகள் பலவும் எதிர்பார்த்தது போலவும், அண்டை நாடுகளில் நிகழ்ந்தது போலவும் ஒரு தேச அரசுக்கு இருக்க வேண்டும் எனக் கருதப்படும் இனம், மதம், மொழி என்கிற பொதுப் பண்புகள் இல்லாதபோதும் எழுபதாண்டுகளுக்கும் மேலாக இந்தியா சிதையாமல் உள்ளது என்று வேண்டுமானால் பெருமை கொள்ளலாம். இப்போது நாம் பேசிக் கொண்டிருக்கும் அந்த 21 நெருக்கடி நிலை மாதங்களைத் தவிர பிற காலங்களில் தேர்தல்களும், ஆட்சி மாற்றங்களும் ஜனநாயக உரிமைகளுக்கு ஆப்பு வைக்கப் படுதலும் நிகழ்ந்துகொண்டுதான் உள்ளன. இராணுவம் அதற்குரிய இடத்தில் எல்லை மீற வழியில்லாமல் நிறுத்தி வைக்கப்பட்டுள்ளது என்கிற அளவில் வேண்டுமானால் நாம் இந்திய ஜனநாயகத்தை மெச்சலாம்.

இப்படியான அரசியல் நெருக்கடி நிலை எனும் பின்னணியில் இந்திரா காந்தி அரசியல் சட்டத்தை முடக்கினார். மக்களுக்கு அது வழங்கியுள்ள உரிமைகள் "தேச நலனுக்கு இடையூறாக இருப்பதை" சகிக்க முடியாது என்றார். "நாட்டு நலனுக்காக இந்தக் கசப்பு மருந்தை நான் புகட்ட வேண்டி உள்ளது" என்றார். அரசியல் சட்டத்தில் 42வது திருத்தத்தை இயற்றி (1976) நீதிமன்றத்தின் பரிசீலனையிலிருந்து பாராளுமன்றத்தை நீக்கினார். அரசியல் சட்டத்தை எப்படி வேண்டுமானாலும் திருத்தலாம், நீதிமன்றம் அதில் தலையிட முடியாது என்று ஆக்கினார். பிரதமர் அலுவலகத்தில் அதிகாரங்கள் குவிந்தன. மத்திய - மாநிலத் தேர்தல்களைச் சட்டத் திருத்தங்களின் ஊடாகத் தள்ளி வைத்து ஆட்சிக் காலத்தை ஐந்து ஆண்டுகளுக்கும் மேலாக நீட்டித்து கொண்டார்.

அந்த 21 மாதங்களிலும் பெரிய அளவில் இதற்கெல்லாம் குறிப்பிட்டுச் சொல்லும்படியான எதிர்ப்புகள் இல்லை. பின் ஏன் அவர் 1977 ஜனவரி 18 அன்று நாடாளுமன்றத் தேர்தல்களை அறிவிக்க நேர்ந்தது? கடும் ஒடுக்குமுறைகளின் போதெல்லாம் அமைதி காத்த இந்திய மக்கள் அடுத்த இரண்டு மாதத்தில் எப்படி இந்திராவின் அதிகாரத்தை முடிவுக்குக் கொண்டு வந்தனர்?

பின்னாளில் நம் ஜெயலலிதாவின் முதலமைச்சர் பதவி ஒரு நீதிமன்ற ஆணையால் பறிக்கப்பட்டபோது அவர் பதவி விலகி வழக்கை எதிர்கொண்டதை அறிவோம். ஆனால் இந்திரா அப்படி ஒரு பிரச்சினையைச் சந்தித்தபோது அவ்வளவு எளிதாகப் பதவி விலகவில்லை. ஒரு நீதிமன்ற ஆணையால் இந்திராவின் பதவி பறிக்கப்பட்டபோது (1975 ஜூன் 11) மகன் சஞ்சையிடம் அதிகாரத்தைத் தற்காலிகமாகக் கொடுத்துவிட்டுப் பதவி விலகி வழக்கை எதிர்கொள்வது என்றெல்லாம் செய்யாமல் அதிரடியாக நெருக்கடி நிலையை (1975, ஜூன் 25) அறிவித்த இந்திரா, 1977 மார்ச் 21 அன்று தேர்தல் தோல்வியை ஏற்று எப்படி அத்தனை அமைதியாக அதிகாரத்தை பிரதமராகத் தேர்ந்தெடுக்கப்பட்ட மொரார்ஜி தேசாயிடம் கொடுத்துவிட்டு ஒதுங்கிக்கொண்டார்?

நெருக்கடி நிலை அறிவிப்பு, அத்துமீறல்கள், ஜனதா கட்சி ஆட்சியின் வீழ்ச்சி முதலியன குறித்தெல்லாம் பின்னர் விரிவான ஆய்வுகளும் சுவையான தகவல்களும் ஏராளமாக வெளிவந்துள்ளன. ஜூன் 25, 1975 அன்று காலை முதல் இந்திரா தரப்பிலும், ஜெயப்பிரகாசர் தரப்பிலும் மேற்கொள்ளப்பட்ட நடவடிக்கைகள், பேசிய பேச்சுக்கள் இரவு 10 மணிக்கு மேல் துரிதகதியில் இந்திரா தரப்பு மேற்கொண்ட நகர்வுகள் எல்லாம் ஒரு திரைப்படத்தின் சுவையுடன் கூமி கபூர் போன்ற பத்திரிகையாளர்களாலும், ராமச்சந்திர குஹா போன்ற வரலாற்றாசிரியர்களாலும் அதன்பின் ஆவணப்படுத்தப் பட்டுள்ளன.

இவற்றின் ஊடாக நமது ஐயத்திற்கு உரிய கேள்விகளுக்கு விடை காண முயற்சிப்பதுதான் ஜனநாயகத்தில் அக்கறையுள்ளோரின் பணியாக இருக்க முடியும்.

சுதந்திரத்திற்குப் பிந்திய இந்தியாவில் அடிப்படை உரிமைகள் விரிவாக வரையறுக்கப்பட்ட ஒரு அரசியல் சட்டம் அம்பேத்கர் தலைமையிலான அரசியல் சட்ட மன்றத்தால் உருவாக்கப்பட்டது. 500க்கும் மேற்பட்ட முடியாட்சிப் பகுதிகள் குடியரசுடன் இணைக்கப்பட்டன. உலகின் மிகப் பெரிய ஜனநாயக ஆளுமைகளில் ஒருவரான ஜவஹர்லால் நேருவின் தலைமையில் இங்கே மொழிவாரி மாநிலங்கள் வடிவமைக்கப்பட்டன. தடைகளை உடைத்து இந்து திருமணச் சட்டம் ஐந்து கூறுகளாக நிறைவேற்றப்பட்டது. எத்தனையோ குறைபாடுகள் பின்னடைவுகள், அடக்குமுறைகள் ஆகியவற்றிற்கு மத்தியில் இந்திய ஜனநாயகம் இப்படித்தான் கிளை பரப்பியது.

இன்னொரு பக்கம் மாநில அளவில் கட்சிகள் உருவாயின. தலைவர்கள் உருவாயினர். கூட்டணி ஆட்சி என்கிற கருத்தாக்கம் மலர்ந்தது. இதுகாறும் அதிகாரம் மறுக்கப்பட்டவர்கள் தம்மை அரசியல் களத்தில் நிறுவிக்கொண்டனர். இது ஜனநாயகமாதலின் அடுத்த கட்டமாக விரிந்தது.

இந்த நிலையில்தான் நெருக்கடிநிலை அறிவிக்கப்பட்டது. பி.என்.தர் போன்ற இந்திரா காந்திக்கு நெருக்கத்துக்குரிய

அன்றைய அதிகாரிகள் பின்னாளில் அதை நியாயப்படுத்தி நூல்கள் எழுதியுள்ளனர், "இந்த அரசியல் சட்டம் இந்திய மண்ணின் மீது வேயப்பட்ட கூரைதான். அதன் ஜனநாயகமற்ற சாரம் அப்படியேதான் உள்ளது" என அரசியல் சட்ட அவையில் அம்பேத்கர் கூறியதைச் சுட்டிக்காட்டி அவர்கள் தமது நடவடிக்கைகளை நியாயப்படுத்தினர். அதாவது இந்தியா ஜனநாயகத்திற்குத் தகுதியற்ற நாடு. எனவே நாங்கள் ஜனநாயக உரிமைகளைப் பறிக்க வேண்டியதாயிற்று எனக் கூறிப் புன்னகைக்கின்றனர்.

அது உண்மையாயின் ஜனநாயகத்துக்குத் "தகுதியற்ற" இந்த மக்கள் அடுத்த 21 மாதங்களில் இந்திராவின் ஜனநாயக மறுப்பை எப்படித் தகர்த்தனர்?

ஜனநாயகத்துக்கு இந்திய மக்கள் தகுதியானவர்கள் என்பதைத்தான் இது காட்டுகிறது என ராமச்சந்திர குஹா போன்ற வரலாற்றாசிரியர்களும், ப்ரான் சோப்ரா போன்ற இதழாளர்களும் தர் சொல்வதற்கு நேர் எதிரான இன்னொரு பதிலை இதற்கு முன்வைத்தனர். சோதனைகளை மீறி இந்திய ஜனநாயகம் தழைத்து நிற்கிறது. அதற்கு அடித்தளமிட்டவர்கள் அத்தனை ஆழமாக அதைச் செய்துள்ளனர். இந்த மண்ணில் சர்வாதிகாரமோ பாசிசமோ அத்தனை எளிதாகச் சாத்திய மில்லை என்பதுதான் அவர்கள் அன்று சொன்னது.

அப்படியாயின் இந்தியாவின் பல்வேறு பகுதிகளில் நிரந்தரமாக அரசியல்சட்ட உரிமைகள் பறிக்கப்பட்டு இராணுவத்தின் கரங்களில் சகல உரிமைகளும் கொடுக்கப்பட்டுள்ள நிலையும் இதற்கு ஆளும் கட்சி மட்டுமின்றி எதிர்க்கட்சியும், மாநிலக் கட்சிகளும், ஏன் பெரிய அளவில் எதிர்ப்புக் காட்டாத வகையில் இடதுசாரிக் கட்சிகளும் கூட ஒரு காலத்தில் ஒத்துழைத்ததையும் என்னென்பது? பாசிசம் என முழுமையாகச் சொல்ல இயலாவிட்டாலும் அதன் கூறுகள் எனச் சொல்லத்தக்க நடவடிக்கைகள் பல்வேறு மட்டங்களில் தலைகாட்டுவதை எல்லாம் எப்படிப் பார்ப்பது.

ஜனநாயகத்தில் அக்கறை கொண்டோர் சிந்திக்க வேண்டிய புள்ளி இது.

இந்திய ஜனநாயகத்தின் எதிர்காலம் குறித்த பதில் மேற்சொன்ன இந்த இரு எதிர் எதிர் நிலைப்பாடுகளுக்கும் இடையில்தான் உள்ளது எனத் தோன்றுகிறது.

இதைப் புரிந்துகொள்ள நெருக்கடிநிலைக் கால அரசியலை மட்டுமல்லாது, அதற்கு முந்திய அரசியல் சூழலையும் மீண்டும் இந்திரா ஆட்சிக்கு வந்தபின் அவர் சென்ற திசையையும் உற்று நோக்குவது அவசியம்.

## 2. 'ஜெயப்பிரகாசரின் பங்கு' குறித்து ஒரு விமர்சனம்

முழுப் புரட்சியை அறிவிக்கும் பாட்னா கூட்டம்

நெருக்கடிநிலையை அன்று ஆதரித்ததன் விளைவாகத் தீராப் பழி சுமக்க நேர்ந்துள்ள சித்தார்த்த சங்கர் ரே, குஷ்வந்த் சிங் முதலானோர் பின்னர் தம்மை நியாயப்படுத்திக்கொள்ளச் சொன்னது இதுதான்: "நெருக்கடி நிலை அறிவித்தது சரிதான். அன்றைய சூழலில் அது தவிர்க்க இயலாதிருந்தது. ஆனால் நடந்த அத்துமீறல்கள் ஏற்கமுடியாதவை. அவை

தவிர்த்திருக்கப்பட வேண்டியவை. ஒரு சில தனி நபர்கள்தான் இந்த அத்துமீறல்களுக்குக் காரணம்."

இதெல்லாம் அபத்தம். அத்துமீறல்கள் அவர்கள் சொல்வது போல தவிர்க்கப்பட்டிருக்கக் கூடியவை அல்ல. அவை அவசர நிலை அதிகாரத்தின் தர்க்கபூர்வமான வெளிப்பாடுகள் என்பது ஒரு பக்கம் இருக்கட்டும். நெருக்கடிநிலை அறிவிப்பிற்கான நியாயங்கள் என அவர்கள் எதையோ சொல்கிறார்களே அதென்ன?

"ஐந்தாண்டுகளுக்கு ஒருமுறை நடந்த தேர்தல்கள், நிறைவேற்றப்பட்ட ஐந்தாண்டுத் திட்டங்கள் முதலியன இதுகாறும் அடங்கியிருந்த பிற்படுத்தப்பட்டவர்கள், தலித்கள், ஆதிவாசிகள் ஆகியோரை அரசியல்படுத்தின. ஒற்றைக் கட்சி ஆதிக்கம் சிதைந்து, இதுகாறும் காங்கிரசுக்குள் இருந்த பல்வேறு குறுகிய பிராந்திய நலன்கள் மேலெழுந்தன. இதனால் அரசியலின் செயற்பாடுகளும் அகன்றன" என்றார் இது குறித்து பி.என்.தர். அவர் நிறையப் படித்தவர். அரசியல் அனுபவம் மிக்கவர். அவர் சொல்வது சரிதான். ஆனால் எவையெல்லாம் ஜனநாயக விகசிப்பின் அடையாளங்களாகக் காணப்பட வேண்டியவையோ, அவற்றையே, அவர்கள் ஜனநாயகத்தை முடக்கியதற்கான நியாயமாக அவரைப் போன்றவர்கள் சொல்வதுதான் கொடுமை. பெருங்கொடுமை.

இந்திராவும் சரி, இந்திராவைச் சுற்றியிருந்தவர்களும் சரி, அடிப்படையில் ஜனநாயக நெறிமுறைகளை வெறுத்தவர்கள். இந்திராவுக்கு அவரது 13ம் வயதிலிருந்து ஜனநாயகத்தின் முக்கியத்துவத்தை வலியுறுத்தி அவரது புகழ்பெற்ற தந்தை எழுதிய கடிதங்களின் தொகுப்பு இன்று உலகின் மிகச் சிறந்த நூல்களில் ஒன்றெனப் போற்றப்படுகிறது. அந்தக் கடிதங்களை எழுதிய காலத்தில் ஐரோப்பாவில் உருவான பாசிசத்தைக் கண்டு நேரு மனம் பதறியிருப்பதை அதை வாசிக்கும் நாம் உணர்கிறோம்.

ஆனால் அவை எந்தத் தாக்கத்தையும் அவரது மகளுக்கு ஏற்படுத்தவில்லை என்பதற்கு அவரது உரையாடல்கள்,

*இந்திரா முன் பணிந்து நிற்கும் இதர தலைவர்கள்*

கடிதங்கள், எல்லாவற்றிற்கும் மேலாக அவரது நெருக்கடி நிலை அறிவிப்பும் ஆளுகையும் நிரூபணங்களாக உள்ளன. அவற்றை விரிக்கப் புகின் கட்டுரை நீளும். முறையாகத் தேர்ந்தெடுக்கப்பட்டு இ.எம்.எஸ். தலைமையில் அமைந்திருந்த கேரள கம்யூனிஸ்ட் அரசைக் கலைத்தது (1959) ஒன்று போதும் இந்திராவிடம் ஊறியிருந்த ஜனநாயக வெறுப்பிற்குச் சான்று சொல்ல. நெருக்கடிநிலை அறிவிப்பெல்லாம் இல்லாத காலத்திலேயே அப்படிச் செய்தவர் அவர்.

ஒப்பீட்டளவில் ஒரு உன்னதமான ஜனநாயக சக்தியாகிய நேரு அதை எப்படி ஏற்றுக் கொண்டார்? மகள் என்றா? நேருவைப் பெரிதும் நேசிக்கும் என்னைப் போன்றவர்களால் ஒரு கணம் கண் கலங்குதல் தவிர வேறெதையும் சொல்ல இயலவில்லை.

ஒன்றை நாம் நினைவிற்கொள்ளவ ேண்டும். இரண்டாம் உலகப் போரின் முடிவை ஒட்டி, பாசிசம் வீழ்த்தப்பட்டது மட்டும் அல்லாமல், 1950க்குள் இந்தியா உட்படப் பல நாடுகள் சுதந்திரம் அடைந்தன. சீனம் மற்றும் கிழக்கு ஐரோப்பிய

நாடுகள் சிவப்பாயின. இவை உலகெங்கிலும் மக்கள் மத்தியில் மிகப் பெரிய நம்பிக்கைகளை விதைத்தன. தங்கள் துன்பங்கள் அனைத்தும் தீரும் என்கிற எதிர்பார்ப்புகளோடு அவர்கள் தேச நிர்மாணப் பணிகளில் ஈடுபட்டனர். ஆனால் அடுத்து இருபதாண்டுகள் காத்திருந்தும் அவர்கள் எதிர்பார்த்த எதுவும் நடக்கவில்லை. அதே நேரத்தில் இந்த மாற்றங்களின் விளைவாக விகசித்த ஜனநாயக நிறுவனங்களின் ஊடாக அடித்தள மக்கள் அரசியல் களத்திற்கு வந்தனர். 1960களின் இறுதியில் உலகெங்கிலும் இந்த எதிர்ப்புகள் வெடித்ததை நாம் காணலாம். அதன் ஓர் அங்கமாகத்தான் இங்கும் மாநிலக் கட்சிகள் தோன்றின. போராட்டங்கள் வெடித்தன. 1972இல் மக்களுக்குப் பொறுப்பான அரசு, தேர்தல் சீர்திருத்தம் முதலான கோரிக்கைகளோடு ஜெயப்பிரகாஷ் நாராயணனின் தலைமையில் ஒரு பெரும் எழுச்சி உருவானது. அடுத்த இரண்டு ஆண்டுகளில் "மொத்தப் புரட்சி" (Total Revolution) எனும் முழக்கத்தோடு அது பேருருவம் எடுத்தது.

1966 இல் பிரதமராக்கப்பட்ட இந்திரா, அவரைப் பிரதமராக்கிய பெரிய தலைகளின் நம்பிக்கைகளுக்கு மாறாக மிக விரைவில் அவர்களை ஓரங்கட்டத் தொடங்கினார். மாநில அளவிலான ஆளுமைகள் உருவாவதையும் அவர்கள் செல்வாக்கு வகிப்பதையும் அவர் விரும்பவில்லை. 1969 இல் காங்கிரஸ் பிளந்தது. காமராசர், நிஜலிங்கப்பா முதலான மாநில அளவிலான பழைய தலைவர்கள் 'பழைய காங்கிரஸ்' ஆகவும், இந்திராவைப் பின்பற்றிய பெரும்பான்மையோர் 'புதிய காங்கிரஸ்' ஆகவும் பிரிந்தனர்.

தன்னை நிலைநிறுத்திக்கொள்ள இந்திரா வங்கிகளை தேச உடைமையாக்குவது, மன்னர் மானியங்களை ஒழிப்பது முதலான கவர்ச்சிகரமான நடவடிக்கைகளை மேற்கொண்டார். "வறுமையை ஒழிப்போம்" என்கிற முழக்கத்தை மிதக்கவிட்டார். எந்த வகையிலும் சோஷலிசச் சிந்தனையும், ஜனநாயகப் பண்பும் இல்லாதவரான இந்திரா மூத்த தலைவர்களை வீழ்த்தி தன்னிடம் மட்டுமே அதிகாரத்தைக் குவித்துக்கொள்ளவே இவற்றைச் செய்தார். ஏழை மக்களுக்கு உரிய வருமானம்

கிடைக்கும் வகையில் திட்டங்களை உருவாக்குவது, வரிச் சீர்திருத்தங்களை அமலாக்குவது முதலான இதர சோஷலிச நடவடிக்கைகள் ஏதுமில்லாமல் இவர் மேற் கொண்ட "வறுமை ஒழிப்பு" முயற்சிகள் பற்றாக்குறை பட்ஜெட்டிற்கும், பண வீக்கத்திற்குமே காரண மாயின.

*ஜார்ஜ் ஃபெர்னாண்டஸ் மற்றும் லல்லு பிரசாத் ஆகியோர்*

1971ல் பாகிஸ்தானுடன் நடந்த போரில் இந்தியா வெற்றி கண்டது இந்திராவின் செல்வாக்கை உயர்த்தினாலும், போர் ஏற்படுத்திய நிதிச்சுமை நிலைமையை அது மேலும் மோசமாக்கியது. 1969-70இல் 0.12 சதமாக இருந்த பட்ஜெட் பற்றாக்குறை 1972-73 இல் 1.83 சதமாகியது. 1972இல் பருவமழை பொய்த்ததும், 1973ல் ஏற்பட்ட உலகளாவிய எண்ணெய் விலை ஏற்றமும் நிலைமையை மோசமாக்கின. வறுமை ஒழிப்புத் திட்டச் செலவுகள் குறைக்கப்பட்டன, விலைவாசி ஏற்றம், உணவுப் பொருள் பற்றாக்குறை முதலியன நிலைமையை மோசமாக்கின.

இந்தப் பின்புலத்தில் குஜராத்திலிருந்த ஒரு ஊழல் மிகு முதல்வரான சிமன்பாய் படேலுக்கு எதிராக உருவான இயக்கம் ஜெயப்பிரகாசர் தலைமையில் பிஹார் முதலான வட மாநிலங்கள் பலவற்றிலும் பரவியது.

30 ஆண்டு காலம் அரசியலிலிருந்து ஒதுங்கியிருந்த ஜெயப்பிரகாஷ் நாராயணன் திடீரென மீண்டும் இப்படித் தீவிர அரசியலில் இறங்கியதும் ஒரு வியப்புக்குரிய நிகழ்வுதான். நேரு குடும்பத்தின் மீது அவருக்குப் பெரிய மரியாதை கிடையாது என்பது அனைவரும் அறிந்த ஒன்று. ஜெயப்பிரகாசர், ஜார்ஜ் ஃபெர்னான்டஸ் முதலான சோஷலிஸ்டுகள் குறித்து ஒன்றைச் சொல்ல வேண்டும். காங்கிரஸ் மேலிருந்த வெறுப்பில் அவர்கள்

ஜெயப்பிரகாசர்

மதவாத சக்திகள் உள்ளிட்ட யாருடனும் கைகோத்துக் கொள்ளக் கூடியவர்களாக இருந்தனர். ஆர்.எஸ்.எஸ்., பாரதீய ஜனசங் மட்டுமின்றி சுப்பிரமணிய சாமி உட்பட ஜெயப்பிரகாசருக்கு நெருக்கமாக இருந்ததை நாம் மறந்துவிட இயலாது. ஆர். எஸ்.எஸ்.சைப் "ஃபாசிஸ்ட்" எனச் சொன்னவர்களைப் பார்த்து "அப்படியானால் நானும் ஃபாசிஸ்ட்தான்" என வெளிப்படையாகச் சீறும் அளவிற்கு ஜெயப்பிரகாசர் அதனுடன் நெருக்கம் காட்டினார்.

பதவி ஆசை இல்லாதவர், அப்பழுக்கற்ற நேர்மையாளர், காந்தியவாதி என்கிற அளவில் எல்லோராலும் மதிக்கப்பட்ட வராயினும், ஜெயப்பிரகாசரைப் பொறுத்தமட்டில் காந்தியைப் போல அரசியல் கூர்மை உடையவரோ, பெருந்திரளான மக்களை அரசை எதிர்த்த போராட்டத்தில் ஈடுபடுத்தும்போது கடைப்பிடிக்க வேண்டிய அரசியல் நிதானமுடையவரோ அல்ல.

அலகாபாத் உயர் நீதிமன்றத்தில் இந்திராகாந்தி மீது தேர்தலில் ஊழல் செய்ததாக ராஜ்நாராயணன் தொடுத்த வழக்கில் நீதியரசர் ஜக்மோகன் லால் சின்ஹா, இந்திராவின் வெற்றியைச் செல்லாததாக்கியது (ஜூன் 12, 1975) என்பது ஜெயப்பிரகாசரின் போராட்டத்திற்குப் புத்தெழுச்சியை அளித்தது. தேர்தல் பிரச்சார மேடை அமைக்கக் காவல்துறையைப் பயன்படுத்தியது, அரசதிகாரி ஒருவர் பதவி விலகல் கடிதத்தைக் கொடுப்பதற்குச் சில நாட்கள் முன்பிருந்தே இந்திராவுக்கு ஆதரவாகப் பிரசாரத்தில் ஈடுபட்டது ஆகிய ஒப்பீட்டளவில் சாதாரணக் குற்றங்களுக்குத் தேர்தலையே செல்லாததாக்குவது என்பதான சட்டம் இருப்பதும், அதை நீதிமன்றங்கள் அப்படியே பயன்படுத்துவதும் எந்த வகையில் நியாயம் என்கிற

கைது செய்யப்பட்ட ஜார்ஜ் ஃபெர்னான்டஸ்

விமர்சனம் இன்றளவும் உண்டு. இந்திராவின் மேல்முறையீட்டு மனுவை விசாரித்த உச்ச நீதிமன்ற நீதியரசர் கிருஷ்ணய்யர் கீழ் நீதி மன்றத் தீர்ப்பை உறுதிப்படுத்தினார். இந்திரா மேலும் ஆறு மாத காலம் பதவியைத் தொடரலாம். ஆனால் நாடாளுமன்றத்தில் அவர் வாக்களிக்க இயலாது என்றார்.

இந்த இறுதித் தீர்ப்பு வழங்கப்பட்ட நாள் ஜூன் 26, 1975. அடுத்த நாள் மாலை டெல்லி ராம் லீலா மைதானத்தில் "இந்திரா பதவி விலக வேண்டும்" என்கிற கோரிக்கையின் அடிப்படையில் நாடெங்கிலுமான போராட்டத்தை அறிவிக்க மிகப்பெரிய கூட்டம் ஏற்பாடாகியிருந்தது. ஜெயப்பிரகாசரைக் கூட்டத்திற்கு அழைத்துவரச் சென்றவர் அப்போதுதான் ஹார்வர்ட் பல்கலைக்கழகத்திலிருந்து இந்தியாவுக்குத் திரும்பி வந்து ஜனசங் கட்சியில் ராஜ்ய சபா உறுப்பினர் ஆக்கப்பட்டிருந்த சுப்பிரமணியசாமி. வரும் வழியில், "இந்திரா இராணுவ ஆட்சியைப் பிரகடனப்படுத்தினால் என்ன செய்வது?" என சாமி கேட்டபோது சிரித்துவிட்டு ஜெயப்பிரகாசர் சொன்னார்: "நீ ரொம்ப அமெரிக்கமயமாகிவிட்டாய். இந்தியாவில் அப்படி நடக்காது. மக்கள் புரட்சி செய்வார்கள்."

ஜெயப்பிரகாசர் போன்ற தலைவர்கள் ஒரு வகையில் அப்பாவிகள்தாம். ரொம்பவும் அப்பாவிகள். அன்று ஜெயப்பிரகாசரின் பேச்சு கடுமையாக இருந்தது. "காவல்துறை, இராணுவம் எல்லாவற்றையும் உத்தரவுகளுக்குப் பணிய வேண்டாம்" எனச் சொல்லி அரசைக் கவிழ்த்துப் பெருங் குழப்பம் ஒன்றை ஏற்படுத்தும் நிலையில் நாங்கள் வேறென்ன செய்ய இயலும் என இந்திரா திரும்பத் திரும்பச் சொல்லித்

தனது நெருக்கடிநிலை அறிவிப்பை நியாயப்படுத்துகிற அளவிற்கு இப்படி ஜெயப்பிரகாசரின் பேச்சு அன்று வழிகோலியது.

அடுத்த சில மணி நேரத்தில் நெருக்கடிநிலை பிரகடனப்படுத்தப் பட்டது. தலைவர்கள் கைது செய்யப்படுவது தொடங்கியது. கடும் பத்திரிகைத் தணிக்கை அறிவிக்கப்பட்டது.

ஆனால் ஜெயப்பிரகாசர் எதிர்பார்த்த அளவுக்கு இந்தியாவில் புரட்சி ஏதும் ஏற்படவில்லை.

# 3. இந்திராவின் மூன்றாவது முகம்

*இந்திரா காந்தி*

**உ**ண்மையில் அவசர நிலை அறிவிப்பு செய்யும் அளவிற்கு அன்று நிலைமை இல்லை. ஜெயப்பிரகாசரின் ஆணையை ஏற்று மிகப் பெரிய கொந்தளிப்பு ஏற்படும் நிலை ஏதும் அன்று இல்லை. உளவுத் துறை அப்படியெல்லாம் கலவரச் சூழல் உள்ளது என அரசுக்குத் தகவல் ஏதும் தராத நிலையிலேயே இந்திரா நெருக்கடிநிலையைப் பிரகடனப்படுத்தினார். நாடாளுமன்றத்தில் வாக்களிக்க இயலாமல் சிறகுகள் முறிக்கப்பட்ட ஒரு பிரதமராகத் தொடர அவர் விரும்பவில்லை என்பதுதான் உண்மை.

தொடர்ந்த அத்துமீறல்கள் உள்நாட்டில் பெரிய அளவில் கண்டிக்கப்படாவிட்டாலும் ரோசென்தால், ஈ.பி.தாம்சன், பெர்னார்ட் லெவின், ஜான் க்ரிக் முதலான மதிக்கத்தக்க வெளிநாட்டு இதழாளர்கள், அரசியல்வாதிகள் மற்றும் 'டைம்ஸ்', 'கார்டியன்' முதலான பத்திரிகைகளின் விமர்சனங்களுக்கும் உள்ளாயின. வெளிநாட்டுக் கட்டுரையாளர்கள் நேருவுடன் அவரது மகளை ஒப்பிட்டுக் கண்டித்தது குறிப்பிடத்தக்கது. இந்த விமர்சனங்களும், மக்களிடமிருந்து பெரிய எதிர்ப்புகள் ஏதும் வராமையும், சுற்றி இருந்த ஒத்தூதிகள் அளித்த தைரியமும் 18 மாதங்களுக்குப் பின் (ஜனவரி 1977) இந்திரா நாடாளுமன்றத் தேர்தல் அறிவிப்பைச் செய்யக் காரணமாயின. எத்தனை முட்டாள்தனமான நம்பிக்கை. மக்களை எத்தனை அப்பாவிகளாக இவர்களைப் போன்றோர் மதிப்பிடுகின்றனர்!

தேர்தலில் இந்திரா காங்கிரஸ் வெறும் 153 இடங்களை மட்டுமே பெற்றது. ஜனதா கட்சி 298 இடங்களையும் அதன் ஆதரவுக் கட்சிகள் 47 இடங்களையும் வரித்துக் கொண்டன. ஜெயப்பிரகாசர் எதிர்பார்த்தது போலப் பெரிய அளவில் புரட்சியில் இறங்காத இந்திய மக்கள் ஜனநாயக நெறிமுறைகளின் ஊடாகச் சரியான தீர்ப்பை வழங்கினர்.

21 மாத காலம் எல்லா அநீதிகளையும் மக்கள் பொறுத்திருந்ததை இந்திரா தவறாகப் புரிந்து கொண்டார். சுதந்திரப் போராட்ட காலத்திலும் கூட, இதைவிட மக்களின் செல்வாக்குப் பெற்றிருந்த காந்தி, நேரு போன்றோர் பல்லாயிரம் சத்தியாக்கிரகிகளோடு சிறையிடப்பட்டபோதும் கூட மக்கள் அப்படித்தான் இருந்தனர். ஆனால் அன்றைய தலைமை போராட்டங்களின் போது மக்கள் காட்டிய உற்சாகத்தையும், பின்னர் கடைப்பிடித்த அமைதியையும் ஜெயப்பிரகாசரையோ, இல்லை இந்திராவையோ போலத் தவறாக மதிப்பிட்டுவிடவில்லை.

ஜனதா கட்சி ஒரு கலப்படமான கோமாளிகளின் கூடாரம் என்பது அடுத்த இரண்டு ஆண்டுகளில் உறுதியாகியது. இரண்டு நிகழ்வுகள் இதனூடாக நடந்தன. ஒன்று, நெருக்கடி காலத்தில் இந்திரா 42வது அரசியல் சட்டத் திருத்தம் (1976)

ஒன்றை உருவாக்கி நெருக்கடிநிலை அறிவிப்பு செய்வதையும், அதைத் தொடர்வதையும் எளிதாக்கி இருந்தார். ஜனதா ஆட்சி நிறைவேற்றிய 44வது திருத்தத்தின் (1978) ஊடாக முன்னதாக இந்திரா செய்திருந்த ஜனநாயக விரோதத் திருத்தங்கள் சரிசெய்யப்பட்டன. நெருக்கடிநிலை அறிவிப்பு மேலும் கடுமையாக்கப்பட்டது. நாடாளுமன்ற ஒப்புதல், நீதிமன்றத் தலையீடு ஆகியவற்றிற்கு வழிவகுக்கப்பட்டன.

மற்றது காந்தி கொலைக்குப் பின் சற்றே ஓரங்கட்டப்பட்டிருந்த ஆர்.எஸ்.எஸ். மற்றும் ஜனசங் கட்சிகள் மேலுக்கு வந்து மையநீரோட்டத்தில் இடம் பெற்றன, ஜனதாகட்சியை உடைத்து வெளியே வந்த பழைய பாரதீய ஜனசங் இப்போது பாரதீய ஜனதா கட்சியாக வடிவெடுத்தது.

இந்த இரண்டாண்டு கோமாளித்தனங்களின் விளைவாக விரைவில் மொரார்ஜி தேசாய் தலைமையில் இருந்த ஜனதா ஆட்சி கவிழ்ந்தது. 1980ல் நடந்த தேர்தலில் மீண்டும் இந்திரா காங்கிரஸ் வெற்றி பெற்று இந்திரா பிரதமர் ஆனார்.

இந்திராவின் ஆட்சிக் காலங்களை நாம் ஆய்வு செய்தால் அவரது அணுகுமுறைகள் மூன்று விதமாக இருந்ததை உணரலாம். 1966- 75 காலகட்டத்தில் சோஷலிச முழக்கங்களின் ஊடாக அவர் தன்னை நிலைநிறுத்திக் கொண்டார். 1975 -77 காலகட்டத்தில் நெருக்கடிநிலை அதிகாரம் அவருக்குக் கைகொடுத்தது. நெருக்கடிநிலை மற்றும் ஜனதா ஆட்சிக்குப் பிந்திய மூன்றாவது கட்டத்தில் (1980 - 84) அவரது 'பாப்புலிச' அரசியல் இன்னொரு ஆபத்தான திசையை நோக்கி நகர்ந்தது.

'இனி அரசியல் களத்தில் முக்கிய எதிரியாக அமையப்போகிற பா.ஜ.க.வின் அரசியலைத் தான் வரித்துக்கொண்டு, ஒருவகைப் பெரும்பான்மை வாத அரசியலை முன்வைத்து, மதம் மற்றும் இதர ஆதிக்க சக்திகளின் துணையோடு தன்னை நிலைநிறுத்திக் கொள்ள இந்திரா மேற்கொண்ட அரசியல், கிட்டத்தட்ட ஒரு அறிவிக்கப்படாத நெருக்கடி காலமாக இருந்தது' என சுகுமார் முரளீதரன் போன்ற அரசியல் கட்டுரையாளர்கள் குறிப்பிடுகின்றனர்.

ஒருபக்கம் முளைவிடத் தொடங்கியிருந்த உலகமயச் சூழலுடன் இயைந்து (1981), உலக நிதி நிறுவனங்களின் உதவியைப் பெற்றுப் பற்றாக்குறைகளை ஈடுகட்டுவது, இன்னொரு பக்கம் வெளிப்படையாக பெரும்பான்மை மதவாதத்துடன் அடையாளம் காண்பது என்பதாக அவரது இந்த மூன்றாவது அணுகுமுறை அமைந்தது. இக்காலகட்டத்தில் மதக் கலவரங்கள் பெருகின. மொரதாபாத் (1980), மும்பை (1984), மீரட் (1982), நெல்லி (1983) முதலான இடங்களில் பெரிய கலவரங்கள் ஏற்பட்டன. மொத்தத்தில் 1980ல் 427, 81ல் 319, 82ல் 474, 83ல் 500 மதக் கலவரங்கள் நடந்தன. 1981ல் 196 பேர்களும், 92ல் 238 பேர்களும், 83ல் 1143 பேர்களும் இக்கலவரங்களில் கொல்லப்பட்டனர். ஏராளமான சொத்துக்கள் அழிக்கப்பட்டன.

கலவரங்களுக்குக் காரணமானவர்கள் மீது நடவடிக்கைகள் இல்லாததால் அதிருப்தியுற்ற முஸ்லிம் தலைவர்கள் தாங்கள் ஒத்துழையாமையைத் தொடங்குவோம் என அறிவித்தபோது, “அருகிலுள்ள பெரும்பான்மையை விரோதித்துக் கொண்டு எந்த ஒரு சிறுபான்மையும் பிழைத்துவிட முடியாது” என இந்திரா பதிலளித்ததை ஆர்.எஸ்.எஸ்.சின் அதிகாரபூர்வ இதழான ஆர்கனைசர் பாராட்டியது.

ஆம்... ஆர்.எஸ்.எஸ்ஸால் பாராட்டப்பட்டவர்தான் இந்திரா.

1983 இல் மீனாட்சிபுரத்தில் மதமாற்றம் நடந்தபோது எந்த ஆதாரமும் இன்றி, “மதமாற்றம் செய்வதற்கு வெளிநாட்டிலிருந்து பணம் வருகிறது” என்றவர்தான் அவர். அரித்துவாரில்

விஸ்வ இந்து பரிஷத் கட்டிய பாரத மாதா கோவிலைத் திறந்து வைத்தவர் - இப்படி நிறையச் சொல்லலாம்.

வாழ்ந்த காலத்தில் அவருக்கு அரசியல் ஆதாயத்தை இந்த அணுகல்முறை தந்தபோதும் அடுத்த சில ஆண்டுகளில் அது காங்கிரசின் பிரதான எதிரியாக பா.ஜ.க. உருவாவதற்கே இட்டுச் சென்றது. ராம ஜென்ம பூமி கோரிக்கையோடு அது மேலுக்கு வர இந்திராவின் அணுகல்முறை பாதை வகுத்துத் தந்தது.

காங்கிரஸ் நெருக்கடிநிலை அறிவிப்பிற்காகத் தன்னைச் சுய விமர்சனம் செய்து கொள்ளவில்லை. நெருக்கடிநிலை அறிவிப்பின் மூலம் மக்களின் அடிப்படை உரிமைகளை ரத்து செய்யும் அதிகாரத்தைத் தக்க வைத்துக் கொள்வதே இங்கே இந்த இரு கட்சிகள் மட்டுமின்றி, பல முக்கிய மாநிலக் கட்சிகளின் விருப்பாகவும் இன்றுவரை உள்ளது. நெருக்கடி நிலை அறிவிப்பில்லாமலேயே ‘கலவரப் பகுதி’ என்றெல்லாம் அறிவித்து அப்பகுதி மக்களின் உயிர் வாழும் உரிமை உட்பட அனைத்து உரிமைகளையும் ரத்து செய்து இராணுவம் மற்றும் துணை இராணுவங்களுக்கு வானளாவிய அதிகாரங்களைத் தரக்கூடிய ‘ஆயுதப் படை சிறப்பு அதிகாரச் சட்டம்’ (AFPSA), ‘சட்ட விரோத நடவடிக்கைகள் தடுப்புச் சட்டம்’ (UAPA) முதலிய ஜனநாயக விரோதச் சட்டங்கள் இங்கு தொடர்கின்றன. இதன் விளைவாக இந்தியாவின் பல்வேறு பகுதிகளிலும் அறிவிக்கப்படாத ஒரு நெருக்கடிநிலை தொடரத்தான் செய்கிறது.

சுதந்திரத்திற்குப் பிந்திய ஆண்டுகளில் எல்லாக் காலத்திலுமே இப்படியான ஏதோ ஒரு சட்டம் நடைமுறையில் இருந்து வந்துள்ளது என்பதும், இவற்றிற்கு எதிராக நீதிமன்றங்களை அணுகும் போதெல்லாம், அவை இத்தகைய சட்டங்களை இயற்றிச் செயல்படுத்தும் உரிமை அரசுக்கு உண்டு எனத் தீர்ப்பளித்து வருவதும் ஜனநாயக நெறிமுறைகளில் அக்கறை உள்ள அனைவரும் கவலைப்பட வேண்டிய ஒன்று.

இந்திராவின் நெருக்கடிநிலை அறிவிப்பை வெற்றிகரமாக எதிர்கொண்ட இந்திய ஜனநாயகம், வளர்ந்து வரும் இந்த மதவாதத்தையும், அதனால் மக்கள் பிளவுபடுத்தப்பட்டு எதிர்

எதிராக நிறுத்தப்படுவதையும் அதேபோல வெற்றிகரமாக எதிர் கொள்ளுமா என்பதுதான் இன்றைய கேள்வி.

இந்தியா ஜனநாயகத்திற்குத் தகுதியானது அல்ல, அரசியல் சட்ட உரிமைகள் ரத்து செய்யப்பட்ட சர்வாதிகாரமே இங்கு நிலைக்கும் என்கிற கருத்தை நெருக்கடிக் கால அனுபவம் பொய்யாக்கியது. அதே நேரத்தில் இங்கே ஜனநாயகம் ஆழ வேர் கொண்டுள்ளது, எதுவும் இதை அசைக்க முடியாது என்கிற மமதையும் ஆபத்தானது என்பதையும் நெருக்கடி நிலைக்குப் பிந்திய காலம் நமக்கு உணர்த்துகிறது.

# 4. நெருக்கடி நிலையும் சுப்பிரமணிய சாமியும்

*“நெருக்கடிநிலையில் சிறையில் இருந்தபோது வாஜ்பேயியும், தியோரசும் மன்னிப்புக் கடிதம் எழுதினார்கள்”* – சுப்பிரமணிய சாமி

ஜூன் *13, 2000* அன்று *The Hindu* நாளிதழில் சுப்பிரமணிய சாமி எழுதிய ஒரு கட்டுரை பலவகைகளில் முக்கியமான ஒன்று. அது பா.ஜ.க. ஆட்சியிலிருந்த காலம். வாஜ்பேயி பிரதமர்.

இந்திரா காந்தியின் நெருக்கடிநிலை (1975 -77) அறிவிப்பின் 25-ம் ஆண்டு நினைவைப் பெரிய அளவில் கொண்டாடுவது என பா.ஜ.க. அறிவித்திருந்த பின்னணியில் சு.சாமி இக்கட்டுரையை எழுதுகிறார்.

நெருக்கடி நிலையின்போது மண்டியிட்டு மன்னிப்புகேட்ட பா.ஜ.க. மற்றும் ஆர்.எஸ்.எஸ். அமைப்புகளுக்கு, வீரஞ்செறிந்த நெருக்கடிநிலை எதிர்ப்புப் போராட்டத்தை நினைவுகூர எந்த யோக்கியதையும் கிடையாது என்பதை சுருக்கெனத் தைக்குமாறு சுப்பிரமணியசாமி அக்கட்டுரையில் வலியுறுத்துகிறார்.

என்ன சு.சாமியா அப்படிச் சொன்னார் என இன்றைய இளைஞர்களுக்கு வியப்பாக இருக்கலாம். ஆனால் ஒவ்வொருவருக்கும் பல்வேறுவிதமான பழைய வரலாறுகள் உண்டு என்பதை நாம் மறந்துவிடக் கூடாது. அதோடு ஜெயப்பிரகாஷ் நாராயண், ஜார்ஜ் ஃபெர்னாண்டஸ் போன்ற சோஷலிஸ்டுகள், மொரார்ஜி தேசாய், காமராஜர் போன்ற பழைய காங்கிரஸ்காரர்கள், கலைஞர் கருணாநிதி போன்ற திமுகவினர், மார்க்சிஸ்ட் கட்சியினர் எனப் பலதரப்பட்டவர்களோடு ஆர்.எஸ்.எஸ்ஸும் பா.ஜ.க.வும் (அன்றைய பாரதீய ஜனசங்கமும்) கூட அன்று நெருக்கடி நிலையை எதிர்த்தன என்பதையும் நாம் மறந்துவிடக் கூடாது. அப்படி எதிர்த்தவர்களில் அப்போது ஜெயப்பிரகாஷ் நாராயணுக்கு நெருக்கமாக இருந்த சு.சாமியும் ஒருவர். ஜே.பி.யின் அறிவுரையின்படி வெளிநாட்டுக்குத் தப்பி ஓடி அங்கிருந்து கொண்டுதான் நெருக்கடி நிலைக்கு எதிராகச் செயல்பட்டதாக சு.சாமி இக்கட்டுரையில் சொல்கிறார்.

இது குறித்து அவர் சொல்வதில் ஒரு சில நாம் ஏற்க முடியாததாக இருந்த போதும், அவற்றை முற்றிலும் பொய் என நிராகரிக்கவும் இயலாது. ஜே.பிக்கு சு.சாமி நெருக்கமாக இருந்தார் என்பதும், ஜே.பி. அவரை அளவுக்கு அதிகமாகவே நம்பினார் என்பதும், சு.சாமி அந்த வயதில் மனதார நெருக்கடிநிலையை எதிர்த்தார் என்பதும் உண்மை.

இக்கட்டுரையில் சு.சாமி எவ்வாறு ஆர்.எஸ்.எஸ்., பா.ஜ.க. இரண்டும் இந்திரா காந்திக்கு முன் மண்டியிட்டு, நெருக்கடி

நிலைக்கு எதிரான போராட்டத்தைக் காட்டிக் கொடுத்தன எனவும், அன்றைய ஆர்.எஸ்.எஸ். தலைவர் பாலாசாகேப் தியோரசும், பா.ஜ.க.வின் முக்கியத் தலைவர் அடல் பிஹாரி வாஜ்பேயியும் மன்னிப்புக் கடிதம் எழுதிக் கொடுத்தனர் என்பதையும் சுட்டிக் காட்டுகிறார்.

*"It is on the record in the Maharashtra Assembly proceedings that the then RSS chief, Balasaheb Deoras, wrote several apology letters to Indira Gandhi from inside the Yerawada jail in Pune disassociating the RSS from the JP-led movement and offering to work for the infamous 20-point programme. She did not reply to any of his letters. Mr. Atal Behari Vajpayee also wrote apology letters to Indira Gandhi, and she had obliged him."*

- என்பன சாமியின் வார்த்தைகள். ஒன்றல்ல, பல மன்னிப்புக் கடிதங்களை தியோரஸ் எழுதினார் எனவும், இனி நெருக்கடி நிலையைத் தாங்கள் எதிர்க்க மாட்டோம் எனவும், இந்திரா காந்தியுடன் சேர்ந்து அவரது 20 அம்சத் திட்டத்தை (அதாவது நெருக்கடிநிலையை) ஆதரித்துப் பிரச்சாரம் செய்வோம் எனவும் தியோரஸ் கெஞ்சியுள்ளதற்கான ஆதாரங்கள் மகாராஷ்டிர மாநில சட்டமன்றப் பதிவேட்டில் உள்ளன எனவும் கூறுகிறார் சாமி. அப்போது தியோரஸ் எரவாடா சிறையில் இருந்தார். இந்திரா அந்த வேண்டுகோள்களைக் கண்டு கொள்ளவில்லை. மன்னிப்புக் கடிதம் எழுதி இந்திராவிடம் கெஞ்சிய இன்னொருவர் வாஜ்பேயி எனவும், அவரது மன்னிப்பு வேண்டுகோளை இந்திரா ஏற்றுக் கொண்டார் எனவும் கூறுகிறார் சு.சாமி.

சாமி இந்தக் கட்டுரையை *The Hindu* வில் எழுதியபோது மத்தியில் பாஜக ஆட்சி செய்து கொண்டிருந்தது என்பதையும் வாஜ்பேயி பிரதமர் என்பதையும் மறந்துவிடக் கூடாது. வாஜ்பேயி ஏற்கெனவே 1942 வெள்ளையனே வெளியேறு இயக்கத்தின்போதும் மன்னிப்புக் கடிதம் எழுதிக் கொடுத்தவர் என்பதையும், ஆர்.எஸ்.எஸ்.ஸைப் பொறுத்தமட்டில் இப்படி மன்னிப்புக் கடிதம் எழுதிக் கொடுப்பது அதற்கு வாடிக்கை

என்பதையும் அவர்களின் வரலாற்றில் பரிச்சயமுள்ளவர்கள் அறிவர்.

அப்போது யாரெல்லாம் கடைசிவரை நெருக்கடிநிலையை எதிர்த்து, இந்திராகாந்திக்குப் பணியாமல் நின்றார்கள்?

தனிமைச் சிறையில் அடைக்கப்பட்டிருந்த 78 வயது மொரார்ஜி தேசாய், ஜெஸ்லோக் மருத்துவமனையில் காவலில் வைக்கப்பட்டு மர்மமான முறையில் மூத்திரக்காய் பழுதாக்கப்பட்டதாகச் சொல்லப்படும் *(Kidney Failure)* ஜெயப்பிரகாஷ் நாராயண் ஆகியோரை சாமி குறிப்பிடுகிறார். நெருக்கடி நிலையைத் தொடர இயலாமல் போன நிலையில் அதைக் கைவிட முடிவெடுத்தபோது, எப்படியாவது மொரார்ஜியை வழிக்குக் கொணர இந்திரா முயன்று அவருக்குப் பலமுறை தூதனுப்பியதையும், மொரார்ஜி அதை ஏற்கவில்லை என்பதையும் சாமி இக்கட்டுரையில் பதிவு செய்கிறார்.

ஆர்.எஸ்.எஸ்.ஸிலும் எல்லோரும் வாஜ்பேயி மற்றும் தியோரஸ் போல இல்லை எனவும், ஒரு சிலர் உறுதியாக இருக்கத்தான் செய்தனர் எனவும் சாமி குறிப்பிடுகிறார். மாதவராவ் முலே, தாதோபந்த் தென்காடி, மொரோபந்த் பிங்லே ஆகியோர் மன்னிப்பு கேட்கத் தயாராக இல்லை என்பதையும் அவர் சுட்டிக் காட்டுகிறார். அது உண்மையாகத்தான் இருக்க வேண்டும். ஐயப்பட ஏதுமில்லை.

இந்திய அளவில் வேறு பலரும் அன்று உறுதியாக நெருக்கடி நிலையை எதிர்க்கத்தான் செய்தனர். குறிப்பாக தமிழகத்தில் தி.மு.க. வைச் சொல்ல வேண்டும். கலைஞர் கருணாநிதியின் ஆட்சி கலைக்கப்பட்டது. சிட்டிபாபு, ஸ்டாலின் முதலான தலைவர்கள் கைது செய்யப்பட்டுச் சிறையில் சித்திரவதைக்கும் ஆளாகினர். சிட்டிபாபு சிறைக் கொடுமைகளின் விளைவாக மரணத்தைத் தழுவ நேரிட்டது. ஜார்ஜ் ஃபெர்னாண்டஸ் தலைமறைவாகத் திரிய நேரிட்டது. அவருக்கு அடைக்கலம் கொடுத்ததாகக் கைது செய்யப்பட்ட நடிகை சினேகலதா ரெட்டி சித்திரவதைகளுக்குப் பலியானார். நெருக்கடிநிலையை மிக உறுதியாக எதிர்த்த இன்னொரு அமைப்பு மார்க்சிஸ்ட்

கட்சி. அதன் 34 நாடாளுமன்ற உறுப்பினர்கள் சிறையில் அடைக்கப்பட்டனர். நெருக்கடிநிலையைக் கண்டித்து ஜூலை 27, 1975 அன்று மார்க்சிஸ்ட் கட்சியின் மூத்த தலைவர் தோழர் ஏ.கே.கோபாலன் அவர்கள் நாடாளுமன்றத்தில் ஆற்றிய உரை முக்கியமான ஒன்று. நெருக்கடிநிலையை ஆதரித்துத் தீராப்பழியைத் தேடிக்கொண்ட கட்சிகளில் இந்தியக் கம்யூனிஸ்ட் கட்சி (CPI) முக்கியமானது. இவ்வளவுக்கும் மத்தியில்தான் வாஜ்பேயியும், ஆர்.எஸ்.எஸ்.ஸினரும் மன்னிப்புக் கடிதம் எழுதிக் கொடுத்து இந்திரா முன் மண்டியிட்டனர்.

**கருணாநிதி**

இந்திராகாந்தி நெருக்கடிநிலையைக் கைவிட்டமைக்குக் காரணமாக சு.சாமி குறிப்பிடும் இதர சில சர்ச்சைக்குரிய செய்திகள்.

1. தாம் வெளிநாடுகளில் இருந்து கொண்டு நெருக்கடி நிலைக்கு எதிராகச் செய்த பிரச்சாரத்தை அப்படி ஒரு காரணமாக அவர் குறிப்பிடுகிறார். குறிப்பாக அமெரிக்க ஜனாதிபதியாகத் தேர்ந்தெடுக்கப்பட்டிருந்த கார்ட்டர், தான் பதவி ஏற்கும் முன்பாகவே இந்திய நெருக்கடிநிலை அறிவிப்பைக் கண்டித்தது ஒரு முக்கிய காரணம் என்கிறார்.

2. தத்துவச் சிந்தனையாளர் ஜிட்டு கிருஷ்ணமூர்த்தி அவர்கள் இந்திராகாந்திக்குக் கொடுத்த அழுத்தம் நெருக்கடிநிலை நீக்கப்பட்டதற்கான இன்னொரு முக்கிய காரணம் என்கிறார்.

3. காஞ்சி பீடாதிபதி சந்திரசேகரேந்திரர் முன் இந்திரா ஒரு மணி நேரம் நெடுஞ்சாண்கிடையாக வீழ்ந்து கிடந்தபோதும் அவர் கடைசிவரை இந்திராவைக் கண்டு கொள்ளவில்லை எனவும், அதுவும் இந்திரா தன் முடிவை மாற்றிக் கொள்வதில் முக்கிய பங்கு வகித்தது எனவும் சாமி கூறுகிறார்.

நெருக்கடி நிலைக்கு இங்கு பல முனைகளில் இருந்தும் பெரிய அளவில் எதிர்ப்புகள் இருந்ததும், இந்திராவால் அவற்றைச் சமாளிக்க இயலாமற்போனமையும் அவர் நெருக்கடிநிலையைத் திரும்பப் பெறுவதற்கு முக்கியக் காரணங்களாக இருந்தன. மற்றபடி ஜிட்டு கிருஷ்ணமூர்த்தி போன்ற சிந்தனையாளர்கள் நெருக்கடிநிலையை எதிர்த்திருப்பதற்கு எல்லா நியாயங்களும் உண்டு. ஆனால் அதற்காக இந்திரா தன் கருத்தை மாற்றிக் கொண்டார் எனச் சொல்ல இயலாது. கார்ட்டர் இந்திய நெருக்கடிநிலையைக் கண்டித்ததில் சு.சாமியின் லாபியிங் ஒரு காரணமாக இருந்திருக்கலாம். ஆனால் மகாபெரியவாள் என அழைக்கப்படும் சந்திரசேகரேந்திரர், இந்திரா காந்தியைக் கண்டு கொள்ளாததும் ஒரு முக்கியக் காரணமாக இருந்தது என சு.சாமி சொல்வதை ஏற்க இயலவில்லை. சந்திரசேகரேந்திரர் கொலைக் குற்றம் சாட்டப்பட்ட சங்கராச்சாரி அல்ல. அதற்கும் முந்தியவர். அவர்மீது இப்படியான கிரிமினல் குற்றச்சாட்டுகள் ஏதும் இல்லை என்பதெல்லாம் கவனத்திற்கொள்ள வேண்டியதுதான். எனினும் மிகத் தீவிரமான வருணாசிரம ஆதரவாளர்தான் அவர். எந்த அளவிற்கு அவர் நெருக்கடிநிலையை எதிர்க்கும் ஜனநாயக உணர்வு உடையவராக இருந்திருப்பார் என்பது குறித்து எனக்குச் சொல்ல ஏதுமில்லை.

இந்திராவைப் பொறுத்தமட்டில் அவரது அரசியல் வரலாற்றின் இறுதிக்கட்டமாக மீண்டும் அவர் ஆட்சிக்கு வந்தபோது

ஒரு அரை ஆர்.எஸ்.எஸ்.காரராகவே அவர் செயல்பட்டார். வெளிப்படையாக முஸ்லிம் வெறுப்பைக் காட்டிக் கொண்டார். விசுவ இந்து பரிஷத்தின் நிகழ்ச்சி ஒன்றிலும் கூடக் கலந்து கொண்டார். இந்தப் பின்னணியில் அவர் சந்திரசேகரரை வணங்கச் சென்றிருக்கலாம். ஆனால் சந்திரசேகரேந்திரர் எந்த அளவிற்கு இந்திய ஜனநாயகத்தைக் காப்பாற்றுவதில் அக்கறை கொண்டிருந்தார் என்பதெல்லாம் மிகவும் சர்ச்சைக்குரியது. தவிரவும் காஞ்சி மட விதிகளின்படி இப்படியான ஒரு ஜெகத்குரு ஒரு "விதவைக்கு" தரிசனம் கொடுப்பதற்குச் சாத்திரத்தில் இடமுண்டா என்பதும் தெரியவில்லை. (விதவை எனும் சொல்லை நான் பயன்படுத்துவதில்லை. இங்கே பயன்படுத்த நேர்ந்தமைக்கு வருந்துகிறேன்.)

சுப்பிரமணிய சாமி முத்தாய்ப்பாகச் சொல்லும் ஒரு செய்தியுடன் இதை முடித்துக்கொள்கிறேன்.

*"(நெருக்கடிநிலை) எதேச்சாதிகாரத்திற்கு எதிராக மக்கள் கிளர்ந்தெழ நேர்ந்ததற்கு இந்தியச் சமூகத்தின் பன்மைத் தன்மையும் பல்லினச் சமூக அமைப்புமே (plurality and heterogeneity) காரணம். இந்திய ஜனநாயக அமைப்பின் ஆதாரப் புள்ளியாக இந்தப் பன்மைத் தன்மையே அமைகிறது. இந்தியா எனும் முழுமைக்குள் அமைந்துள்ள பல்வேறு கூறுகளுக்கும் இடையே நிலவும் இழுவிசையே இந்தியா ஒரு ஜனநாயக அமைப்பாக உருப்பெற்றிருப்பதன் அடிப்படையாக உள்ளது. இந்தியச் சமூக அமைப்பின் இந்தப் பன்மைத்துவம் காப்பாற்றப்படும் வரைதான் இந்திய ஜனநாயகமும் காப்பாற்றப்படும் என்பதே நாம் நெருக்கடிநிலை அனுபவத்தின் ஊடாகக் கற்றுக்கொள்ளும் பாடம். எனவே இந்தியாவின் இந்தப் பன்மைத்தன்மையை அழித்து அதை ஒருபடித்தன்மையாக மாற்றும் முயற்சிகள் எல்லை மீறினால் அது ஜனநாயகத்திற்கு ஆபத்து. தம் அடிப்படை உரிமைகளுக்காகப் போராடும் துணிவு பெறும் அளவிற்கு, மக்கள் கல்வி நிலையை எட்டும் வரையிலேனும் இம்மாதிரியான பன்மைத்தன்மையை அழிக்கும் முயற்சி ஜனநாயகத்திற்குக் கேடு என்பதை நாம் உணர வேண்டும்."*

*சுப்பிரமணிய சாமி அன்று கூறியுள்ள இக்கருத்தை இன்றும் நாம் முழுமையாக ஏற்றுக்கொள்கிறோம். ஆனால் சுப்பிரமணியசாமி இந்தக் கருத்தை இப்போது ஏற்றுக் கொள்வாரா?*

*The Hinduவில் அப்போது அவர் எழுதிய கட்டுரையை இப்போது அவர் மீள்பிரசுரம் செய்யத் துணிவாரா?*

இருக்கட்டும். எல்லாவற்றிற்கும் அப்பால் அவர் ஊடாகப் பதிவாகியுள்ள இத்தகவல்கள் முக்கியமானவை. பாராட்டுக்குரியவை. எளிதில் புறந்தள்ள இயலாதவை.

# II

## சாவித்ரி தேவியை முன்வைத்து பாசிசம் மற்றும் சூழலியம் பற்றிச் சில குறிப்புகள்

# 1. இவர்தான் சாவித்ரி தேவி

**சா**வித்ரி தேவியைப் பற்றி நான் எழுதுவது இது இரண்டாம் முறை. திராவிட இயக்கப் பெரியவர் பெரம்பூர் கந்தன் அவர்களின் ‘அறிவுக் கொடி’ இதழில் கால் நூற்றாண்டுக்கு முன் இவர் பற்றி எழுதியதை நீங்கள் படித்திருக்க வாய்ப்பில்லை. அதைத் தேடி எடுக்க எனக்கும் சாத்தியமில்லை. கந்தன் அவர்களை இனித் தொல்லை செய்யவும் இயலாது. இப்போது அவர் உலகிலும் இல்லை. அவர் மூலமாகத்தான் நான் முதன் முதல் சாவித்ரி குறித்துப் பரிச்சயமானேன்.

நீங்களும் இந்த அம்மையைப் பற்றித் தெரிந்துகொள்ள வேண்டும். நான் மிகவும் வியக்கும் பெண்மணிகளில் ஒருவர் இவர். வியப்பது என்பதற்கு ஒருவரின் கொள்கைகளையும், கருத்துக்களையும் ஏற்பது ஒரு நிபந்தனை இல்லை அல்லவா. கம்பன், இராவணனை ஒரு அரக்கனாகச் சித்திரிப்பது என்பதைக் காட்டிலும் ஒரு சோக நாயகனாகப் *(tragic hero)* படைத்திருப்பான் என்பார்கள். அப்படி தனித்துவமும் சாதனைகளும் மிக்க, ஒரு வாழ்நாளைத் தான் ஏற்ற இலட்சியத்திற்காகக் கண நேரமும் சோராமல் வாழ்ந்து மடிந்த ஒரு சோக நாயகியாக சாவித்ரி தேவியின் வரலாற்றை ஒருவர் எழுத முடியும்.

சாவித்ரி தேவி தன் இலட்சியத்தில் வெற்றி அடைந்தாரா இல்லையா? உண்டு, இல்லை என எளிதாக இதற்குப் பதில் அளித்துவிட இயலாது. தனது இலட்சிய நாயகராகவும், ஆரியப் பொற்காலத்தை மீள நிறுவ வந்தவர் எனவும், இராமன், கிருஷ்ணன் வரிசையில் இறுதியில் உதித்த இறை வடிவம் எனவும் சாவித்ரியால் மனதார ஏற்றுக் கொள்ளப்பட்டவரும் வணங்கப்பட்டவருமான அடால்ஃப் ஹிட்லர் கூட அவன் இலட்சியத்தில் வெற்றி பெற்றானா இல்லையா என எளிதில் சொல்லிவிட முடியாதுதானே. ஒரு வகையில் தான் நினைத்ததை முடித்து அழிந்தவந்தானே.

1945-ல் மூன்றாவது ரீச் அழிக்கப்பட்டிருக்கலாம். ஆனால் அது நாஸி / பாசிசப் பெருங்கனவின் இறுதி அழிவு எனச் சொல்லிவிட இயலுமா? இன்றும் நாஸிசம் / பாசிசம் ஐரோப்பாவில் மட்டுமல்ல, உலகெங்கிலும் துளிர்விட்டுக் கொண்டுதானே உள்ளது. நாமும் அதைப் பார்த்துக்கொண்டும் அனுபவித்துக் கொண்டும் தானே உள்ளோம். ஆரிய மேன்மை என்கிற சென்ற நூற்றாண்டு மொழியில் அது இப்போது வெளிப்படாமல் இருக்கலாம். ஆனாலும் அது ஏதோ ஒரு வகையில் வெளிப்பட்டுக் கொண்டு மட்டுமல்ல, மிக வேகமாக வளர்ந்து கொண்டும் அல்லவா இருக்கிறது.

அது மட்டுமல்ல நாஸிசம் / பாசிசம் ஆகியவற்றை நாம் எந்த அளவு புரிந்து வைத்துள்ளோம்? பாசிசம் என்பது ஒரு இனம் அல்லது மதத்தின் மீது வெறுப்பை உருவாக்கும் ஒரு அரசியல் என்று மட்டுந்தான் நினைத்துக் கொண்டு இருக்கிறோம்.. இல்லை, அது அடிப்படையில் மானுடத்தின் மீதே வெறுப்பை விதைக்கும் ஒரு அணுகல் முறை அல்லவா. மனிதனை மையமாக வைத்து இந்தப் பிரபஞ்சச் சுழற்சியை விளக்கும் மதப் பார்வைகள் மற்றும் மனிதனை மையமாக வைத்த அரசியல் அனைத்திற்கும் அது எதிரி. இயற்கையைக் காத்தல், பிற உயிர்களின் உரிமைகளைப் பாதுகாத்தல் எல்லாவற்றிற்கும் எதிரானவர்களாக அது மனிதர்களைக் காணுகிறது, எனவே இம்மனிதர்கள் ஒடுக்கப்பட்டு அவர்களுக்குரிய இடத்தில் நிறுத்தப்பட வேண்டியவர்கள், அதைச் சாத்தியமாக்க வல்லமை

பெற்ற மீ-மனிதர்களே இவ்வுலகை ஆளத் தகுதியுடையவர்கள் என்கிற ரீதியில் உலகை மட்டுமல்ல இப் பிரபஞ்சத்தையே அணுகும் போக்கையும் உள்ளடக்கியதுதான் பாசிசம்.

வன்முறையின் "தூய ஆற்றலை" அது வியக்கிறது. அதை நடைமுறைச் சாத்தியமாக்கிய ஹிட்லரை அது 'கர்ம வீரர்' என வணங்குகிறது. அவரது வாழ்வை அவரது இலட்சியத்திலிருந்து பிரிக்க இயலாததாக அது பார்க்கிறது. அவர் அசைவத்தை வெறுத்தவர், சைவ உணவுப் பழக்க வழக்கங்களை ஏற்றவர், மிருகங்களையும் இயற்கையையும் நேசித்தவர். அவர் செய்தவை அனைத்தும் சரியானவையே. அவர் யூதர்களை அழித்தார் *(holocaust)* என்பது பொய். வன்முறையின் தூய ஆற்றலால் அவர் எதிரிகளை அழித்தார் என்பதுதான் உண்மை. அவரால் அழிக்கப்பட்டவர்கள் நாசிசத்தின் எதிரிகள். அவர்கள் அழிக்கப்பட வேண்டியவர்கள். அவ்வளவுதான்.

பாசிசத்தின் பன்முகப் பரிமாணங்களை விளங்கிக் கொள்ள சாவித்ரி தேவியின் வாழ்வு நமக்கு ஒரு வரலாற்று சாட்சியம்.

## 2. மேக்சியாமி போர்டோஸ் சாவித்ரி தேவியான கதை

நாம் இப்போது பேசிக்கொண்டிருக்கும் இந்த நாயகியின் சாவித்ரி தேவி எனும் பெயரை வைத்து அவரை ஒரு இந்தியர் என நினைத்துவிடாதீர்கள். ஒரு கிரேக்கத் தந்தைக்கும் ஆங்கிலேயப் பெண்ணுக்கும் ஃப்ரான்சில் உள்ள 'ல்யோன்ஸில்' பிறந்த *(1905)* மேக்ஸியாமி போர்டோஸ்தான் தனது முப்பதுகளில் ஆரியவர்த்தத்தைத் தேடி வந்து, ஒரு இந்துவாக மறு பிறப்பெடுத்து ஒரு நிகழ்வுகள் நிறைந்த வாழ்வை வாழ்ந்து முடித்த சாவித்ரி தேவி.

கிரேக்கத் தந்தை, ஆங்கிலேய அன்னை, ஃப்ரான்சில் பிறப்பு இவற்றின் ஊடாக அடையாளம் குறித்த கேள்வி இளம் வயது தொடங்கி அவளை ஆட்டுவித்தது. அவளால் ஆங்கிலோ- ஃப்ரென்ச் கலாச்சாரங்களில் ஒன்ற இயலவில்லை. பிரெஞ்சுப் புரட்சி, அது முன்வைத்த சுதந்திரம், சமத்துவம் முதலான கோட்பாடுகள் அவளை ஈர்க்கவில்லை. பள்ளியில் படிக்கும்போதே பிரெஞ்சுப் புரட்சியின் மனித உரிமைப் பிரகடன நினைவுச் சின்னத்தை அவமதித்ததற்காகத் தண்டிக்கப் பட்டவள் அவள்.

ஆங்கில, ஃப்ரென்ச் கலாச்சாரங்களைக் காட்டிலும் தந்தையின் தொல் பழம் பெருமை மிகு கிரேக்கம் அவளை வியக்க

வைக்கிறது. ஏதென்ஸ் நகர் செல்கிறாள். தினம் அவள் பயணிக்கும் பாதையில் இருந்த ஏதென்ஸ் அரண்மனை மீது புகழ்பெற்ற தொல்லியல் ஆய்வாளர் ஹெய்ன்ரிச் ஷ்லெய்மான் பொறித்திருந்த ஸ்வஸ்திகா அடையாளம் அவளை ஈர்க்கிறது. ஒன்றை நாம் இங்கு நினைவிற் கொள்ள வேண்டும். அன்று அதாவது 18ம் நூற்றாண்டின் பிற்பகுதி, 19ம் நூற்றாண்டின் முற்பகுதி ஆகியவற்றின் ஊடாக 20ம் நூற்றாண்டின் முற்பகுதிகளில் ஐரோப்பா முழுவதையும் ஆரியப் பண்பாடு குறித்த வியப்பு ஆட்டிப் படைத்துக் கொண்டிருந்தது. உலக நாகரிகங்களின் தோற்றமாக ஆரியவர்த்தத்தைக் காணும் சொல்லாடல்கள் ஐரோப்பா முழுவதும் ஒலித்துக் கொண்டிருந்தன. இவை மேக்சியாமி போர்டாசை இந்தியத் துணைக் கண்டத்தை நோக்கி ஈர்த்தன.

இதற்கிடையில் தத்துவம், வேதியியல் ஆகிய இரண்டு பாடங்களில் முதுநிலைப் படிப்பை முடித்து தத்துவத்தில் முனைவர் பட்டத்திற்கான ஆய்வேட்டையும் போர்டோஸ் சமர்ப்பித்திருந்தாள்.

இனி அவளது வாழ்வின் ஒரு சுருக்கமான 'டைம் லைன்' :

1932 : தனது 23வது வயதில் கடல் வழியில் மத்தியதரைக் கடல், செங்கடல், சூயஸ் கால்வாய் ஆகியவற்றின் ஊடாகக் கொழும்பை வந்தடைகிறாள். கண்டியில் புத்தரைத் தரிசித்துப் பின் ராமேஸ்வரம் வந்தடைந்து இராம நவமி கொண்டாட்டங்களில் கலந்துகொள்கிறாள். சின்ன வயதில் அவளை ஈர்த்த ஃப்ரென்ச் கவிஞன் லேகோன் டி லிஸ்லியின் கவிதை வரிகள் அவளது நினைவில் நிழலாடுகின்றன. அவை:

*"இராமா, தசரதனின் மகனே! பிராமணர்களால் வணங்கப்படுபவனே!*

*உன் இரத்தம் தூய்மையானது; உன் உடல் வெண்மையானது"*

*இலட்சுமணன் சொன்னான், "ஒளிவீசுபவனே! அற்ப இனங்களை*

*அடக்கி ஆள்பவனே! வாழ்க நீ எம்மான்!"*

பின் அவள் திருச்சி வந்து மலைக்கோட்டையின் மீதேறி மரச் செறிவுகளுக்கிடையில் ஒளிவீசும் ஒரு ஆலயக் கோபுரத்தை (திருவரங்கம்?) தரிசிக்கிறாள். இப்படியாக அவள் கொல்கத்தா வந்தடைகிறாள்.

1930களில் இந்து மிஷன், இந்து மகாசபை, ஆர்.எஸ்.எஸ். ஆகிய இயக்கங்களுடன் அவளுக்கு நெருக்கம் ஏற்படுகிறது. மேக்சியாமி போர்டோஸ், சாவித்திரி தேவியாகப் புதுப் பிறப்பு காண்கிறாள்.

1935 : ஒரு ஆறு மாத காலம் வங்கத்தில் தாகூரின் சாந்தி நிகேதனில் தங்கி இந்தி மற்றும் வங்க மொழிகளில் தேர்ச்சி பெறுகிறாள். அதிகச் செலவில்லாமல் கிடைத்த தங்கும் வசதியை முன்னிட்டு சாந்தி நிகேதனின் ஜனநாயக முற் போக்குச் சூழலைச் சகித்துக் கொள்கிறாள்.

ஆம். ஜனநாயகம், முற்போக்குச் சூழல் ஆகியனவெல்லாம் அவளால் சகித்துக் கொள்ள இயலாத ஒன்றுதான்.

1936 : டெல்லி மற்றும் கிருஷ்ணனின் பிறப்பிடமான மதுரா ஆகிய நகரங்களில் இருந்த கல்லூரிகளில் இந்திய மற்றும் வரலாற்றுப் பாடங்களைப் பயிற்றுவிக்கும் பணியையும் மேற்கொள்கிறாள்.

1937 : இந்து மிஷன் தலைவர் சுவாமி சத்யானந்தாவைச் சந்திக்கிறாள். “ஆரியக் கடவுளரைப் போற்றும் ஒரே நாடு இந்தியாதான். யூதர்களை எதிர்த்து நிற்கும் வல்லமை பெற்ற நாடும் இதுதான்” என்கிறாள். சத்யானந்தா மனம் மகிழ்ந்து, “ஹிட்லர் விஷ்ணுவின் அவதாரம்” எனக் கூறி ஆசீர்வதிக்கிறார்.

சத்யானந்தரின் இந்து மிஷன் அலுவலகத்தில் இரண்டாண்டுகள் கிறிஸ்தவமத எதிர்ப்புப் பிரச்சாரம் செய்கிறாள் சாவித்ரி. மனிதனை மையமாக வைத்து பிரபஞ்சத்தை அணுகும் கிறிஸ்துவத்தை அவள் கடுமையாக விமர்சிக்கிறாள். உயிர்கள் அனைத்தையும் படைத்து இயற்கை மற்றும் உயிர்களை மனிதனின் ஆளுகையில் வைத்த ஆதியாகமத்தைத் தன்னால் ஏற்க இயலவில்லை என்கிறாள். விவிலியத்தின் இந்த மனித

மைய வாதத்தைக் கிட்டத்தட்ட இதே சொற்களில் சமீப காலங்களில் சுற்றுச் சூழல் இயக்கங்கள் எதிர்ப்பது குறிப்பிடத் தக்கது. பிற உயிர்களுக்கு மேலாக மனிதனை வைப்பதை நவீன சுற்றுச் சூழலியலாளர்களைப் போலவே சாவித்ரியும் ஏற்கவில்லை. இந்த ஒரு அம்சத்தின் பின்னணியில் நாம் எல்லா அம்சங்களிலும் இந்த இருசாராரையும் சமப்படுத்திப் பார்க்க வேண்டியதும் இல்லை.

*1939:* 'இந்துக்களுக்கு எச்சரிக்கை' எனும் அவளது நூல் வெளியிடப்படுகிறது; மகாத்மா காந்தியால் வழிநடத்தப்பட்ட அன்றைய காங்கிரசின் மதச்சார்பற்ற கொள்கையை விமர்சிக்கிறது. முஸ்லிம்கள் மேலாதிக்கம் பெற விட்டுவிடக் கூடாது என அது இந்துக்களை எச்சரிக்கை செய்கிறது. ஐரோப்பாவில் யூதர்கள் எனில் ஆரியவர்த்தத்தில் கட்டுக்குள் வைக்கப்படவேண்டிய இனம் முஸ்லிம்கள்.

அசித் கிருஷ்ண முகர்ஜி எனும் வங்கப் பார்ப்பனர் சாவித்ரிக்குப் பழக்கமாகிறார். 'நியூ மெர்குரி' எனும் நாசி ஆதரவு இதழின் ஆசிரியர் இவர். கொல்கத்தாவில் உள்ள ஜெர்மன் தூதராலயத்தின் நிதி உதவியுடன் அந்த இதழ் வெளிவந்து கொண்டிருந்தது.

### திருமணம்

*1940:* முகர்ஜியைத் திருமணம் செய்துகொள்கிறாள்; இந்து முறைப்படி இத்திருமணம் நடக்கிறது. சாவித்ரி இந்தியக் குடியுரிமை பெறுவதற்கும் இது வழி வகுக்கிறது. 'எண் 1, வெல்லெஸ்லி தெரு' எனும் முகவரியில் குடித்தனம் தொடங்குகிறது. இரண்டாம் உலக யுத்தத்தின்போது ஜெர்மன் தலைமையிலான "அச்சு நாடுகளுக்கு" தம்பதியர் இருவரும் உளவு வேலை பார்க்கின்றனர். போரை ஒட்டி முகர்ஜியின் ஜெர்மன் ஆதரவு இதழுக்குத் தடை. முகர்ஜி ஜப்பானிய உதவியுடன் 'ஈஸ்டர்ன் எகனாமிஸ்ட்' எனும் இதழ் தொடங்குகிறார். முகர்ஜி, சுபாஷ் சந்திரபோஸுக்கு ஜப்பானுடன் தொடர்பு ஏற்படுத்தித் தருகிறார்.

தம்பதியர் இருவரும் பிரிட்டிஷ் இராணுவ வீரர்களுடன் நெருங்கிப் பழகி பர்மா வழியாக ஜப்பானுக்கு இராணுவ இரகசியங்களைக் கடத்துகின்றனர்.

*1945 :* இரண்டாம் உலகப் போரில் ஜெர்மனியின் தோல்வியும், ஹிட்லரின் வீழ்ச்சியும் சாவித்ரியைக் கலங்க அடிக்கிறது. இது அவள் எதிர்பாராத ஒன்று.

**“என்ன, ஹிட்லர் எனும் அவதார புருஷர் தோற்க இயலுமா?”** –

சாவித்ரியால் அதை ஏற்க இயலவில்லை.

எனினும் இந்தத் தோல்விகளும் அழிவுகளும் அவளுக்கு ஹிட்லர் மீதும், நாசிசத்தின் மீதும் இருந்த நம்பிக்கையை இம்மியும் குலைக்கவுமில்லை.

இந்தியாவை விட்டு வெளியேறுகிறாள். ஐரோப்பா சென்று எஞ்சிய வாழ்நாளை நவநாசி இயக்கத்தை உலக அளவில் பரப்பும் தீவிர களப்பணிக்குத் தன்னை அர்ப்பணிக்கிறாள்.

ஜெர்மனியில் நுழையும்போது கைது செய்யப்பட்டு பிற நாசிக் கைதிகளுடன் சிறையில் அடைக்கப்படுகிறாள். சிறையில் கொடும் இன அழிப்புக் குற்றங்களைப் புரிந்த நாசிகள் பலரையும், ஹீரோக்களையும் சந்தித்து உரையாடுகிறாள். பரவசம் அடைகிறாள். சிறைச் சுவர்களில் ‘ஹெய்ல் ஹிட்லர்’ என எழுதுகிறாள்.

எனினும் நாசிக் கொடுமைகளின் காலத்தில் அவள் ஐரோப்பாவில் இல்லை, அவற்றில் நேரடியாகப் பங்கு பெறவில்லை என்கிற அடிப்படையில் விடுதலை செய்யப்படுகிறாள். சிறிதுகாலம் ஃப்ரான்சில் இருந்துவிட்டுப் பின் ஜெர்மனிக்குப் புனித யாத்திரை செல்கிறாள். நாசி வரலாற்றின் நினைவிடங்களை உணர்ச்சி பொங்கத் தரிசிக்கிறாள். நாசி ஆதரவாளர்கள் அவளுக்கு நாசி சல்யூட்கள் வைக்கின்றனர். இராமன், கிருஷ்ணன் என்கிற வரிசையில் மேலை தேசத்தில் உதித்த விஷ்ணுவின் கடைசி கல்கி அவதாரம் ஹிட்லர்தான் என்கிற உறுதிபெறுகிறாள்.

*பிரிட்டிஷ் நாசி ஆஸ்வால்ட் மோஸ்லே மற்றும் ஐரோப்பிய நாசிகளைச் சந்திக்கிறாள். பிரிட்டனின் நவ நாசிக் கட்சியான 'நேஷனல் சோஷலிஸ்டு' களுடன் இணைந்து செயல்படுகிறாள். நாசி மற்றும் பாசிச நூல்களின் வெளியீட்டாளர் எர்னஸ்ட் சுன்டாலின் உதவியுடன் யூத இன அழிப்புக் கொலைகளை (holocaust) மறுத்து கட்டுரைகள் எழுதுகிறாள். அவளைப் பொறுத்தவரை அப்படிக் கொல்லப்பட்டவர்கள் எல்லோரும் நாசிசத்தின் எதிரிகள் அவ்வளவே.*

*1958: சாவித்ரி தேவியின் ஆரிய மேன்மையை வலியுறுத்தும் முக்கிய நூல் 'மின்னலும் சூரியனும்' வெளியிடப்படுகிறது. 1958, 1960 களில் ஸ்பெயின், ஃப்ரான்ஸ் முதலான நாடுகளுக்கு அடிக்கடி சென்று "நியோ நாஸி அகிலம்" மற்றும் "உலக நாசிகளின் ஒன்றியம்" முதலான அமைப்புகளை உருவாக்குகிறாள்.*

*1971: இந்தியா திரும்பி டெல்லியிலுள்ள இந்து மகாசபை அலுவலகத்தின் விருந்தினர் இல்லத்தில் தங்குகிறாள். ஆரிய மேன்மை குறித்த தனது இறுதி அறிக்கையான சுயசரிதையை எழுதி முடிக்கிறாள்.*

**1977: கணவர் மரணம்**

*1982: தனது 77ம் வயதில் அமெரிக்கச் சுற்றுப்பயணம் மேற்கொண்டு முக்கிய நகரங்கள் அனைத்திலும் சொற்பொழிவாற்றுவதற்காகச் செல்கையில் லண்டனில் மரணம் அடைந்தார்.*

**சாவித்ரி தேவி மரணம்**

*சாவித்ரி தேவியின் அஸ்தி அமெரிக்கா எடுத்துச் செல்லப்பட்டு, ஆர்லிங்டனில் உள்ள நாசி இல்லத்தில் இறுதி மரியாதைக்காக வைக்கப்பட்டது. அஸ்தி கலசத்தை அலங்கரித்திருந்த அந்த அலங்கார வண்ணத் துணி (sash) ஹிட்லருடையது எனச் சொல்லப்படுகிறது.*

*ஆரிய மேன்மை, நாசிசம், விஷ்ணுவின் இறுதி அவதாரமான ஹிட்லரின் வழிகளினூடாக பிரபஞ்ச ஒழுங்கை நிலைநாட்டுதல்*

முதலான இலட்சியங்களை நனவாக்க ஒரு வாழ்நாளை சோர்வின்றி அர்ப்பணித்த அந்தப் பெண்மணியின் நிகழ்ச்சிகள் நிறைந்த வரலாற்றின் சுருக்கம் இதுதான்.

1935ல் ல்யோன்ஸ் பல்கலைக்கழகத்தில் சமர்ப்பிக்கப்பட்ட அவளது இரு முனைவர் பட்ட ஆய்வேடுகள் மேக்ஸிமியானி போர்டோஸ் எனும் பெயரில் வெளிவருகிறது. அதன் பின் சாவித்ரிதேவி எனும் பெயரிலும் சாவித்ரி தேவி முகர்ஜி எனும் பெயரிலும் குறைந்த பட்சம் 19 நூல்கள் வெளி வருகின்றன. இவற்றுள் ஒரு கவிதைத் தொகுப்பும், ஒரு நேர்முகத் தொகுப்பும் அடக்கம். பல நூல்கள் மறுபதிப்புகள் காண்கின்றன. பல மொழிகளில் மொழி பெயர்க்கப்படுகின்றன. மேலும் பல கட்டுரைகள், தொகுப்புகள் ஆகியவையும் உண்டு. அனைத்தும் www.savitridevi.org எனும் தளத்தில் கிடைக்கின்றன.

இந்தியாவில் சாவித்ரி கழித்த காலம் 26 ஆண்டுகள் (1932 -45: 1957 -60; 1971 - 81). முதல் 13 ஆண்டுகளில் ஒரே ஒரு முறை (1934) முனைவர் பட்ட வாய்மொழித் தேர்வுக்காக ஃப்ரான்ஸ் சென்று வருகிறாள்.

# 3. ஒரு இடையீடு

சாவித்ரி தேவி இந்துமதத்தின் பால் கொண்ட இந்தத் தீவிரப் பற்றின் பின்னணியை அறிய அக்கால கட்டத்தில் ஐரோப்பாவில் உருவான 'இந்தியவியல்' மற்றும் அது அறிவுலகில் ஏற்படுத்திய தாக்கம் பற்றிப் புரிந்துகொள்ளல் அவசியம். அது குறித்த ஒரு குறிப்பு இங்கே.

இந்தோ ஆரிய மொழிக் குடும்பம் பற்றிய வில்லியம் ஜோன்சின் விரிவான ஆய்வு வெளியிடப்படுவதற்கு (1786) முன்னதாகவே இந்த மொழிகளுக்கிடையே உள்ள ஒற்றுமைகள். ஆரிய இனம் குறித்த கருத்தாக்கங்கள், ஒரு மேன்மையான பண்பாடு இந்தியாவில் பல நூறு ஆண்டுகளுக்கு முன் செழித்திருந்தது ஆகியன குறித்த ஒரு ஆழமான கருத்தாக்கமும் சொல்லாடல்களும் ஐரோப்பா முழுவதும் பரவியிருந்தன. 'அறிவொளிக்காலம்' *(enlightenment)* என அழைக்கப்படும் காலகட்ட ஐரோப்பியச் சிந்தனையாளர்கள் மத்தியில் அன்று கோலோச்சியிருந்த பகுத்தறிவுவாதம் என்பது விவிலிய ஆதியாகமம் விரிக்கும் உலகம் மற்றும் மனித இனத் தோற்றம் குறித்த மத நம்பிக்கைகளை ஏற்க மறுத்தது.

இந்தியாவின் கங்கைச் சமவெளியில் இரண்டாயிரம் ஆண்டுகட்கு முற்பட்ட ஒரு நாகரிகம் இருந்தது. தத்துவ விசாரங்கள் மேலோங்கி இருந்தன ஆகியன அறிவொளிக்காலச் சிந்தனையாளர்கள் மத்தியில் கீழைத் தேயத்தில் ஒரு புதிய ஆதாமைக் கண்டெடுக்கும் ஆவலைத் தூண்டியது. இப்படி ஆரிய மாயை *(Aryan Myth)* ஒன்று ஐரோப்பாவில் ஆழமாக வேரூன்றியது. இன்றைய அறிவுலகு இனக் கோட்பாட்டை ஏற்பதில்லை. தூய இனங்கள் என்றெல்லாம் ஏதும் இல்லை என்பதுதான் இன்று ஏற்றுக் கொள்ளப்படும் அறிவியல் உண்மை. ஆனால் அன்று அந்நிலை இல்லை என்பது கருதத்தக்கது. நாசிக் கோட்பாட்டு உருவாக்கத்தில் இந்த ஆரிய மாயை முக்கிய பங்காற்றியது.

அறிவொளிக்காலத்தின் முக்கிய சிந்தனையாளர்களாகக் கருதப்படும் வால்டேர், காண்ட் இருவருமே அனைத்துக் கலைகள் மற்றும் நாகரிகங்களின் தோற்றப் புள்ளி இந்தியாதான் என்றனர். 1775 இல் வால்டேர் எழுதிய கடிதம் ஒன்றில் “பிராமணப் பாரம்பரியத்தில் வந்த தேசமே உலகிற்கு அனைத்தையும் கற்றுத் தந்தது” என்றார். “அனைத்தும் கங்கைக் கரையிலிருந்துதான் வந்தன என்பதை நான் உறுதியாக நம்புகிறேன்” என்றார். திபெத்தில் உள்ள உலகத்தின் கூரையிலிருந்துதான் அனைத்து அறிவியல்களோடும் மனிதரும் தோன்றினர் என்றார். “இந்தியர்களின் கலாச்சாரம் திபெத்திலிருந்துதான் வந்தது. அதே போல ஐரோப்பியக் கலைகள் அனைத்தும் இந்தியாவிலிருந்துதான் வந்தது” என்றார்.

கதேயின் வெய்மார் காலத்திய முக்கிய சிந்தனையாளரான ஜோஹன் காட்ஃப்ரைட் ஹெர்டெர் (1744 - 1803), மனித குலம் தோன்றிய இந்தியாவில் வெளிப்பட்ட ஒரு இயற்கையான இறைச் செய்தியின் உண்மையான பிரதியாக்கம்தான் விவிலியம் என்றார்.

ஆக, உலக நாகரிகத்தின் தோற்றம் ஈடன் தோட்டம் என்பதற்குப் பதிலாக, ஈடனுக்குக் கிழக்கே கங்கைச் சமவெளிதான் என்கிற கருத்து அவர்கள் மத்தியில் வலுவாக வேரூன்றியது. விவிலியம்

விரிக்கும் ஆதாம் ஏவாள் தொன்மத்தையும் டார்வினியப் பரிணாமக் கோட்பாட்டையும் ஏதோ ஒரு வகையில் இந்தக் கருத்துகளின் மூலம் அன்றைய ஐரோப்பியச் சிந்தனையாளர்கள் இணைக்க முயன்றனர். 18ஆம் நூற்றாண்டின் வில்லியம் ஜோன்ஸ், அவருக்கும் முந்திய அயர்லாந்து அறிஞர் ஜேம்ஸ் பார்சன்ஸ் முதலானோர்தான் தங்களது மொழியியல் ஆய்வின் ஊடாக அறிவியலுக்குப் பொருந்தக் கூடிய இரு அம்சங்களைப் பின்னாளில் நிறுவினர்.

அவை:

1. இப்படியான மேற்கு - கிழக்குப் பண்பாட்டு இணைப்பை உலக அளவில் உள்ள அனைத்து மக்கட் பிரிவினருக்கும் இடையே நிறுவ முடியாது. பூர்வ ஆரிய மொழிக் குடும்பத்தைச் சேர்ந்த மக்கட் பிரிவினருக்கே இது பொருந்தும் என்பது ஒன்று;
2. மற்றது அந்தப் பண்பாட்டுப் பரவல் கிழக்கில் தோன்றி மேற்கில் பரவியது என்பதற்குப் பதிலாக மேற்கில் தோன்றி கிழக்கு நோக்கி நகர்ந்தது என்பது.

எல்லாப் பண்பாடுகளும் இந்தியாவிலிருந்தே தோன்றின என்கிற கருத்தை வலியுறுத்திய இன்னொரு ஜெர்மன் சிந்தனையாளர் ஃப்ரெட்ரிக் ஷ்லெகல். அவரது சகோதரர் ஆகஸ்ட் வில்லியம் ஷ்லெகலும் (1767 - 1845) இக்கருத்தை வலியுறுத்தியவர்களில் ஒருவர். வேதங்களை மொழி பெயர்த்த மாக்ஸ் முல்லர் ஆரிய மேன்மையைப் பரப்பியதில் ஆற்றிய பங்களிப்புகளை விரிவாக விளக்க வேண்டியதில்லை.

இங்கொன்றை கவனத்தில் கொள்ள வேண்டும். இப்படி ஐரோப்பிய அறிவொளி மரபுச் சிந்தனையாளர்கள் பலரும் சாதி முறை உட்பட்ட இந்தியப் பிராமணீயத்தை நாகரிகங்களின் தொட்டில் எனப் பாராட்டிக் கொண்டிருந்த காலகட்டத்தில் தனித்து ஒலித்த ஒரே குரல் கார்ல் மார்க்சுடையதுதான். அவர் ஒருவரே இப்படிக் குரங்கையும், மாட்டையும் தெய்வமெனக் கொண்டாடும் மக்களைச் சற்றே இரக்கத்திற்கு உரியவர்களாகப் பார்த்தார்.

இப்படி உருவாக்கப்பட்ட ஆரிய மேன்மைக் கருத்தாக்கம் இந்தியாவுக்குள் உயர் சாதிப் பார்ப்பனர்கள் மத்தியில் ஊட்டிய பெருமிதம் சொல்லி மாளாது. “ஆரிய” என்றாலே உயர்வானவர் என்கிற பொருள் கற்பிக்கப்பட்டிருந்த ஒரு கால கட்டத்தில் சமஸ்கிருதத்திற்கு மாற்றான ஒரு தொன்மைப் பண்பாடும் மொழிக் குடும்பமும் தெற்கில் இருந்ததென நிறுவினார் பிஷப் கால்டுவெல். பின்னாளில் தந்தை பெரியார் “ஆரிய” என்பதைக் கிட்டத்தட்ட ஒரு இழிச் சொல்லாகவே மாற்றினார். அண்ணா, “ஆரிய மாயை” என்கிற கருத்தாக்கத்தை அடிமட்டம் வரை கொண்டு சென்றார்.

## 4. "ஹிட்லர்தான் விஷ்ணுவின் கடைசி அவதாரம்"

தன் எழுத்துக்கள் மற்றும் உரைகளின் ஊடாக, இந்து மதம் -> நார்டிக் இனக் கருத்தியல் -> ஆரியர்கள் தோன்றிய பூமி -> காலச் சுழற்சி-> விஷ்ணுவின் கடைசி அவதாரமாக அடால்ஃப் ஹிட்லர்...

என்பதாக ஒரு கோட்பாட்டுச் சங்கிலியைப் படைத்தார் சாவித்ரி.

ஹிட்லரின் 'மூன்றாவது ரீச்' சை அவர் "மேற்கின் புனித பூமி, புத்துயிர்ப்பு பெறும் ஆரிய வர்த்தம் வலு மையம்" என்றார்.

19, 20 ஆம் நூற்றாண்டு உயர்சாதிப் பார்ப்பனர்கள் வெள்ளை அதிகாரத்தின்மீது கொண்டிருந்த வெறுப்பு, பிரிட்டிஷ் ஏகாதிபத்தியத்திற்கு ஒரு சவாலாய் ஹிட்லர் உருப்பெறுதலைக் கண்டு அவர் மீது அவர்கள் கொண்டிருந்த மதிப்பு, நாஸி ஸ்வஸ்திகா சின்னத்தின் மீது அவர்கள் கொண்ட ஆர்வம், 19ம் நூ., ஜெர்மானிய அறிஞர்கள் சமஸ்கிருதத்தை உன்னதப்படுத்தியது... இதையெல்லாம் வைத்து ஒரு நாஸி - இந்திய ஹிந்து நெருக்கம் ஒன்றைக் கட்டமைக்க சாவித்ரி மேற்கொண்ட இம்முயற்சி எந்த அளவிற்கு வெற்றி பெறும் என்பது ஒரு கேள்விக்குறியாக இருந்த நேரத்தில்தான் மூன்றாவது ரீச் அழிக்கப்பட்டது.

ஆனால் நாசிசத்தின் வரலாறு அத்தோடு முடிவடையவில்லை. சாவித்ரி தேவி அதை முடிவடைய விடவில்லை. தோற்றுச் சோர்ந்திருந்த நாசிகளுக்கு ஒரு புதிய மத ரீதியான புத்துணர்ச்சியை சாவித்ரியின் விளக்கங்கள் அளித்தன. நாசிகளின் கொடூரங்களுங்கூட ஒரு உன்னத இலட்சியத்திற்கான வேள்வியின் அவிப் பொருட்களாக உருமாற்றப்பட்டன.

டோரொன்டோவில் இருந்த நவ நாசி வெளியீட்டகமான 'சமிஸ்டாட்' நிறுவனர் எர்னஸ்ட் சுன்டெல், சாவித்ரி தேவியின் பழைய 'மின்னலும் சூரியனும்' எனும் முக்கிய நூலுக்குப் புதிய, அழகிய அச்சு வடிவம் அளித்ததோடு (1958), ஒவ்வொன்றும் இரண்டு மணி நேரம் ஓடக்கூடிய ஒலி நாடாக்களில் சாவித்ரி தேவியின் ஐந்து நேர்காணல்களையும் வெளியிட்டார்.

கீழைத் தேய அடையாளங்கள் மற்றும் குறியீடுகளின் ஊடாக, ஹிட்லர் மீதான ஒரு வழிபாட்டு ஆர்வத்தைப் புத்துருவாக்கம் செய்வதற்கு சாவித்ரி தேவியின் நூல்களின் மறுவெளியீடு பயனளிக்கும் என சுன்டெல் நம்பினார்.

"ஹிட்லரின் பூசகி சாவித்ரி தேவி" என விளித்த சுன்டெல், சாவித்ரியின் 'மின்னலும் சூரியனும்' நூலை இப்படி அறிமுகப்படுத்தினார்:

"ஹிட்லர் இந்தப் பிரபஞ்சத்தின் இயக்கத்தை மனித பலி, சைவ உணவு, ஆரியம் ஆகியவற்றின் ஊடாகக் கண்டார். வாழ்வதில் உறுதி, வெற்றி கொள்ளல், உண்மையின் பீடம், புவி மீதான கடவுள்கள், கல்கி, பழிவாங்கும் இறை..... தொன்மைக் காலத்து பகவத் கீதையில் அடங்கிய பிரபஞ்ச இயக்க விதிகள்தான் நாஸி ஆற்றலின் இரகசிய வேர்களா? மூலங்களா?- என்பன போன்ற எல்லாவற்றிற்குமான விடை 'மின்னலும் சூரியனும்' நூலில் உள்ளது."

இது அவர்களின் நம்பிக்கை.

தொன்மைப் புராணங்கள், பிரமிடின் இரகசியங்கள், கீழை மதம், சைவ உணவு, பசுமைக் கருத்துக்கள் இவற்றைப் புதிய உலகின் அடையாளங்களாக அவர்கள் கண்டனர். ஆதாம்

ஏவாள் என மனிதரை முதன்மைப்படுத்திய யூதேய மதங்களுக்கு அப்பாலான பிற நாட்டு மதங்கள், ஆன்மீக உண்மைகள், இயற்கை வழிபாடு ஆகியவற்றின் மீது கட்டமைக்கப்படும் கவர்ச்சியின் அடிப்படையில் இன்றைய இளைஞர்களை ஈர்க்க இயலும் என்பது அவர்களின் புதிய பாதையாக இருந்தது.

# 5. ஆரியப் பொற்காலத்தை மீள நிறுவப் பிறப்பெடுத்த ஹிட்லர்

*“வன்முறையின் தூய்மையான ஆற்றலின் ஊடாக இந்த*
*உலகை இரட்சிக்க வந்தவரே...*
*ஆர்யர்களின் பொற்காலத்தை மீள நிறுவப்*
*பிறப்பெடுத்தவரே....*
*இராமனையும் கிருஷ்ணனையும் போல எங்களுக்கு வாய்த்த*
*இறை அவதாரமே...*
*அசைவ உணவையும் மதுவையும் துறந்தவரே...*
*குழந்தைகளையும் மிருகங்களையும் நேசித்தவரே...”*

என நெஞ்சாரப் போற்றித் தன் புதிய கடவுளை வணங்கினாள் அந்த ஹிட்லரின் பூசகி. யூதர்களை அழித்து ஒழிப்பது, பழைய பிரிட்டிஷ், ஃப்ரென்ச் ஆட்சி முறைக்கு மாறாக தீவிர இராணுவ பலத்துடன் கூடிய இளம் நாடுகளை உருவாக்குவது என, அவரது ஒவ்வொரு அசைவையும் இறை அம்சமாக ஏற்றது மட்டுமல்ல, அவற்றைச் சாத்தியப்படுத்த அவளது ஆற்றல் அனைத்தையும் குவித்து ஒரு வாழ்நாளை, அதன் உண்மையான பொருளில் “அர்ப்பணம்” செய்தாள் சாவித்ரி.

மனிதரை மையமாக வைத்த அணுகல் முறைகளான சமத்துவம், சகோதரத்துவம், தாராளவாதம் ஆகியவற்றை வெறுத்தாள்.

கிறிஸ்தவம், ஜூடாயிசம், மார்க்சிசம் ஆகியவற்றை மறுத்து பழங்கால கிரேக்கம், கிரீஸ், இந்தியா ஆகியவற்றின் கடவுள் கூட்டங்களிலிருந்து ஒரு ஆரிய இறைமையைத் தேடினாள்.

பண்டைய கிரேக்க நாகரிகம் ஒரு அற்புதமான ஆரிய நாகரிகமாக இருந்தது. அதன் மதமாகிய 'பகனிசம்' (*Paganism* - புறச்சமயம்) இயற்கையோடு இயைந்ததாக இருந்தது. 'பகன் கிரேக்கம்', 'பகன் ஆரியம்' என்றெல்லாம் அதனை விதந்தோதுவாள் சாவித்ரி. கிறிஸ்தவம் அதை அழித்தது. கிரேக்கப் பகனிசத்தின் பலவீனங்களில் தலையானதான 'அடிமை *X* சுதந்திர மனிதர்' என்கிற வேறுபாட்டைப் பயன்படுத்தி, அடிமைகளின் விடுதலை என்கிற பெயரில் பகனிசத்தை கிறிஸ்தவம் அழித்தது. ஃப்ரெட்ரிக் நீட்ஷே கிறிஸ்தவத்தின் மீது வைக்கும் கடும் விமர்சனங்களை சாவித்ரி ஒரு ஆயுதமாகப் பயன்படுத்தினாள். ரோமப் பேரரசின் சமூக ஒழுங்கைக் குலைத்த அடிமைகள் மற்றும் காட்டுமிராண்டிகளின் வெற்றியாகக் கிறிஸ்தவத்தின் பரவலை அவள் விமர்சித்தாள். கிறிஸ்தவத்தின் ஆழ் மையம் மனிதனாக இருந்தது. அவனது துயரம், அதிலிருந்து அவன் மீளுதல், அவனது மகிழ்ச்சி, மீட்சி என்பனவே அதன் குறிக்கோளாக அமைந்தது. இந்து மதத்தில் இந்த மனித மைய வாதத்திற்கு இடமில்லை. என்றென்றைக்குமான பிரபஞ்ச இருப்பே இங்கு பிரதானம். இதில் மனிதர் என்போர் பிரபஞ்சத்தின் எண்ணற்ற துகள்களில் ஒன்று. அவ்வளவே. அனைத்தும் பிறக்கின்றன; இறக்கின்றன; மறுபிறவி எடுக்கின்றன. இந்தச் சுழற்சியின் அழகு குறித்த பிரக்ஞையை வளர்த்துக் கொண்டு, இறுதியில் இயற்கையின் இந்தச் சுழல் ஆற்றலை இயக்கும் சக்தியுடன் (இறைமை / பிரம்மம்) தன்னை அடையாளப்படுத்திக்கொள்வதுதான் ஒவ்வொரு உயிரின் இலக்கும் என்றாள் சாவித்ரி.

ஆனால் பாருங்கள், இந்தப் பகன் ஒழுங்கு இன்னும் குலையாத ஒரே இடமாக ஆரியவர்த்தம் இன்னும் விளங்குகிறது என்றாள்.

இதன் அடையாளமாக இந்துத் திருவிழாக்களில் இன்றும் துலங்கும் அலங்கரிக்கப்பட்ட யானைகளின் ஊர்வலம், புனித

நீர் முழுக்குகள், வண்ண ஆடைகளுடன் பெண்டிர் அலங்காரச் சுமைகள் துலங்க ஆலய வழிபாட்டிற்குக் கையில் மலர்கள் ஏந்திச் செல்லுதல் ஆகியவற்றை சாவித்ரி அடையாளம் கண்டாள்; காட்டினாள்.

எப்படி அடிமை X சுதந்திரர் என்கிற வேறுபாட்டைப் பயன்படுத்தி மேலைப் பகன் வழிபாட்டை கிறிஸ்தவம் அழித்ததோ அதே போன்ற ஆபத்து ஆரியவர்த்தத்தில் சாதி வேறுபாடுகளின் ஊடாக இருப்பதையும் அவள் சுட்டிக்காட்டத் தயங்கவில்லை. எனினும் இந்தச் சாதி, தீண்டாமை வேறுபாடுகளை ஒழித்தல் என்பதை சாவித்ரி ஒரு இலக்காகவோ இலட்சியமாகவோ முன்வைக்கவில்லை. இது குறித்த எச்சரிக்கையைத்தான் அவள் இந்து மதத்தை நோக்கி வைத்தாள்.

“சிறிய இந்து ஆலயங்கள் இருந்த இடங்களில் இங்கும் அங்குமாக மசூதிகள் உருப்பெறும்; முகம்மதிய வாழ்முறையும் ஐரோப்பிய வாழ்முறையும் இணைந்தால் இந்தியா தன் (ஆரியவர்த்த) அடையாளத்தை இழக்கும்; அதற்குப் பின் இந்தியா தற்போதைய எகிப்து போல் ஆகிவிடும். எப்படி இன்றைய ஐரோப்பியர்கள் கிரேக்கத்தை வெறும் பழைய ‘புராணங்களாக’ பார்க்கின்றனரோ அப்படி இந்தியர்கள் தங்களின் “தேசிய”க் கடவுளரையும் பார்க்கத் தொடங்குவர். கங்கை இன்னும் ஓடிக்கொண்டிருக்கும். ஆனால் அதில் புனித முழுக்குகள் நடைபெறுவதும், பூக்கள் மிதப்பதும் நின்றுபோயிருக்கும்...... இந்தியா “நம்முடைய” இந்தியாவாக இல்லாதொழியும்...”

என சாவித்ரி இந்துக்களை எச்சரித்தாள்.

ஒரு பல்லின, பன்மைச் சமூகத்தை சாவித்ரி வெறுத்தாள். நியோ நாசிகள் + அடிப்படைவாத இந்து தேசியவாதிகள் என்றொரு ரசவாதத்தை அவள் கனவுகண்டாள்.

பன்னாட்டு நியோ நாசிசத்தின் ஆதித்தாயாக சாவித்ரி தேவி அவதாரம் எடுத்த வரலாறு இதுதான்.

# 6. மனிதர் மீதான குற்றச்சாட்டு

1970களில் நாசிசத்தின் எதார்த்தங்கள் அகன்று, அது ஒரு வகையில் புராணீகத் தன்மை பெற்றது.

சாவித்ரி இயற்கையை இந்து நோக்கில் இப்படிப் பார்த்தார்: ஆக்கம், அழிவு ஆகியவற்றைக் குறிக்கும் ஒரு அகன்ற வன்மையான ஓவியத் திரை. இதில் மனிதனுக்கு எவ்விதமான குறிப்பான இடமும் கிடையாது.

ஆரியரல்லாத, பலவீனமான உறுதியற்ற மனித ஜீவன்களின் மீது வெறுப்பு, இன்னொரு பக்கம் மிருகங்களின் மீதான அதீதமான ஒரு காதல்...

தகுதியற்ற மானுட உயிர்கள் அனைத்தையும் அழித்தொழிக்கும் பெருந்திட்டத்தை விரித்த ஹிம்லர், ரோசென்பெர்க் ஆகியோரும் இப்படியான கருத்தியலை முன்வைத்திருந்தது நினைவிற்குரியது.

சாவித்ரியின் "மனிதன் மீதான குற்றச்சாட்டு" *(The impeachment of Man,1959)* எனும் நூல், 'மனிதனை மையமாக வைத்த யூதம், கிறிஸ்தவம் ஆகிய மதங்களைப் புறக்கணிக்கும் ஒரு ஆய்வுரை' என்கிற குறிப்புடன் தீவிர வலதுசாரி *'Noontide'* பதிப்பகத்தால் (நியூயார்க்) மீண்டும் 1991ல் மறு வெளியீடு கண்டது.

சோஷியல் டார்வினிசத்தின் பசுமை வழிபாடு, மிருக உரிமைகள் என்கிற கருத்தியல், நீதி/அநீதி; ஒழுக்கம்/ஒழுக்கமின்மை ஆகியவற்றுக்கப்பால் இயற்கை அழகை ஆராதிக்கும் நிலை, நாசிகளிடம் பொதிந்து கிடக்கும் ஆவேசம், ஆழ்ந்த சுற்றுச் சூழல் நாட்டம், சிவ வழிபாடு முதலியவற்றின் ஊடாக நவீன மனிதனை இயற்கைக்கு எதிரான அழிவு சக்தியாக சாவித்ரியின் நூல் முன்வைத்தது..

இந்த மண்ணுடன் தொடர்பற்ற பன்னாட்டுப் பறவைகள், குறுக்கும் நெடுக்குமாக ஓடும் ஏராளமான பூனைகள் ஆகியவற்றுடன் அவளது இருப்பிடம் அமைந்திருந்ததை 1978ல் அவரை நேர்கண்ட ஒருவர் குறிப்பிடுகிறார்.

## 7. பசியால் சாவது பாராட்டுக்குரியது

1960களில் உலக அளவில் ஏற்பட்ட ஒரு மாற்றம் குறித்து நான் வேறு பல இடங்களில் எழுதியுள்ளேன். இரண்டாம் உலகப் போர் முடிவுற்றதை ஒட்டி இந்தியா உட்படப் பல காலனி நாடுகள் சுதந்திரம் அடைந்தன. சீனா மற்றும் கிழக்கு ஐரோப்பிய நாடுகள் சிவப்பாயின. ஐ.நா. அவை உருவாகியது. உலகளாவிய மனித உரிமைப் பிரகடனம் வெளியிடப்பட்டது. இவை உலகளவில் மக்கள் மத்தியில் நம்பிக்கைகளை விதைத்தன, எல்லாப் பிரச்சினைகளும் முடிந்துவிட்டன என்கிற எண்ணமும் துளிர்விடத் தொடங்கியது. சுதந்திரமடைந்த நாட்டு மக்களும், சோஷலிச நாடுகளின் மக்களும் உற்சாகமுடன் தேச நிர்மாணப் பணிகளில் ஈடுபடலாயினர். ஆனால் அடுத்த இருபது ஆண்டுகளில் இவற்றால் எந்தப் பயனும் மானுடத்திற்குக் கைவரப் பெறவில்லை என்கிற உண்மை 1960களின் பிற்பகுதியில் பல எதிர்வினைகளுக்குக் காரணமாகியது. புதிய நாடுகளைக் கோரிய பிரிவினை இயக்கங்கள், யுத்த எதிர்ப்பு இயக்கங்கள், மாணவர் இயக்கங்கள் (1968), மதம் மற்றும் இதர அடையாள இயக்கங்கள், தீவிரவாத இயக்கங்கள் என்பன ஒருபுறம்; ஹிப்பி இயக்கம், பசுமை இயக்கம், சூழலியல் இயக்கம், அறிவியல் எதிர்ப்புக் கருத்துகள் மற்றும் பல்வேறு துறைகளிலும் பழமைக்குத்

திரும்புதல் எனும் கருத்தை முன்வைத்த அடிப்படை வாத இயக்கங்கள் இன்னொரு பக்கம் எனப் பல மாதிரியான இயக்கங்களை இப்படி அடையாளம் காணலாம்.

இரண்டாவதாகச் சொன்ன கலாச்சார எதிர்ப்பு இயக்கங்கள் பலவும் பல்வேறு மட்டங்களில் சாவித்ரி தேவியின் சிந்தனைக்கு நெருக்கமாக வந்தன. இதன் பொருள் அவர்கள் எல்லோரும் சாவித்ரி தேவி அல்லது அவரது நவ பாசிசம் மற்றும் பழைய பகனிசத்திற்குத் திரும்புதல் என்கிற கோட்பாட்டை அறிந்து வாசித்து இந்தப் பாதையைத் தேர்ந்தெடுத்தவர்கள் என்பதல்ல. ஆனால், மதவாத, நவ பாசிச இயக்கங்களின் ஆபத்துக்களின் நுண்மைகளை இவர்கள் பொருட்படுத்தாதவர்களாக இருந்ததோடன்றி எளிதில் இத்தகைய ஆபத்தான சக்திகளால் கையகப்படுத்தப்படக் கூடியவர்களாகவும் *(articulate)* இவர்கள் இருந்தனர்.

குறிப்பாக இப்படியாக உருப்பெற்ற சுற்றுச் சூழல் இயக்கத்தினரில் பலர் மிக எளிதாக நவ பாசிச, மதவாத, பிற்போக்குத் தேசிய சக்திகளுடன் இணையவும், இயக்கப்படக் கூடியவர்களாகவும் இருந்தனர்.

ஹிப்பி இயக்கத்தினர் *(1965 -73)* ஹஷிஷ் மற்றும் கஞ்சாவால் மட்டுமல்ல, கீழை மதங்களாலும் போதை அடையக் கூடியவர்களாக இருந்தனர். தற்கால மதங்களின் இறுக்கமான பிடியிலிருந்து விடுபட்ட நாகரிகங்களை அவர்கள் 'பொய்க் கலாச்சாரம்' *(false civilization)* என்றனர்.

புவியின் அள்ள அள்ளக் குறையும் வளங்களை நாகரிகத்தின் பெயரால் பேரளவில் சுரண்டுதல், நகர் மயமாதல், சூழல் அழிப்பு ஆகிய பிரச்சினைகள் மேலுக்கு வந்தன. ஆனால் இவற்றை முதலாளியத்தின் தீராத லாப வேட்கை, பன்னாட்டு மூலதனத்தின் அதி வேக ஊடுருவல் ஆகியவற்றின் விளை பொருட்கள் என்கிற ரீதியில் பார்க்கப்படும் அணுகல் முறைகள் இக்கால கட்டத்தில் காலாவதியாகி இருந்தன. மார்க்சியர்கள் பிற துறைகளிலும், சோஷலிச நிர்மாணத்திலும் விட்ட பெரும் பிழைகள் மார்க்சிய அடிப்படையிலான இத்தகைய காத்திரமான

விமர்சனங்களைப் புதிய தலைமுறையினர் புறக்கணிக்கக் காரணமாயிருந்தன.

இந்நிலையில் மேலுக்கு வந்த பசுமை இயக்கங்கள், சூழலியல் இயக்கங்கள் முதலியன மனிதரை மையமாக வைத்த மதப் பண்பாடுகள், அறிவியல் கண்டுபிடிப்புகள் ஆகியனவே அனைத்துச் சீரழிவுகளுக்கும் காரணம் என முன்வைத்தன.

பசுமை மற்றும் தூய சூழல் இயக்கத்தினரின் அணுகல் முறைகளைக் கூர்ந்து கவனித்தீர்களானால் அவர்களில் பலர் மானுடப் பெருக்கமே எல்லாவற்றுக்கும் காரணம் என்கிற வகையில் அடி ஆழத்தில் ஒரு மானுட வெறுப்பு கொண்டிருப்பதை அவதானிக்க முடியும்.

முன்னோடித் தமிழ் எழுத்தாளரான கே.டானியல் தனது நேர்காணல்கள் அனைத்திலும் அவருடைய காலத்தின் முக்கிய விவாதப் பொருளான மால்தூசியக் கருத்தியலைக் கடுமையாக விமர்சித்திருப்பதைக் காண இயலும். தங்களின் உணவு ஆதாரங்களை (நிலம், நீர் முதலியன) இழக்கும் வரை உயிரினங்கள் பெருகிக்கொண்டே இருக்கும் என்பதுதான் இந்தக் கோட்பாடு. அதாவது, உயிர் ஆதாரங்களைக் காப்பாற்ற வேண்டுமானால் உயிர்ப் பெருக்கங்களை, குறிப்பாக அதிக அளவில் இயற்கை வளங்களை நுகரும் மனித இனப் பெருக்கத்தை, குறிப்பாக மூன்றாம் உலக மனித இனப் பெருக்கத்தைக் கட்டுப்படுத்த வேண்டும் என்பது.

பசியால் வாடுவோருக்கு உதவி செய்தல் முதலான தாராளவாத மதக் கருத்துகளையும் இவர்கள் எதிர்த்தனர். “zero population growth” என்பது 1970 களின் முக்கிய முழக்கமாக இருந்தது. அந்தப் பெயரில் ஒரு இயக்கமும் அப்போது செயல்பட்டது நினைவுக்குரியது.

“சுற்றுச் சூழல் நிதியம்" (The Environmental Fund) எனும் இயக்கம் பசியால் செத்துக் கொண்டிருக்கும் மக்களுக்கு உணவு அனுப்புவதைக் கண்டித்தது. இப்படிப் பசி ஆற்றுவது மக்கள்தொகைப் பெருக்கத்திற்கே வழிவகுக்கும் என்றது. பால்

எஹ்ர்லிச்சின் *The Population Bomb (1970)* எனும் நூல் குழந்தைப் பேறுக்கு தண்டனை வரி விதிக்க வேண்டும் என்றது. குடும்பக் கட்டுப்பாட்டிற்குக் கடுமையான எதிர்ப்பைக் காட்டும் ரோமன் கத்தோலிக்கத் தலைமையகமான வாடிகனுடன் நாடுகள் உறவை முறித்துக்கொள்ள வேண்டும் என்றது. டேவிட் எஹ்ரென்ஃபெல்டின் *The Arrogance of Humanism (1978)* நவீனப் பண்பாட்டின் மனிதாயம் என்கிற கோட்பாட்டையே மறுத்தது. பில் டெவால் மற்றும் ஜார்ஜ் செஷன்ஸ் ஆகியோரின் புகழ் பெற்ற *Deep Ecology (1985)* எனும் நூல் கைமுதற் படா கவின் பெறு இயற்கைக்கு எதிரான சீர்கேடான, செயற்கையான பிறவி என மனித இனத்தை வசை பாடியது.

இந்தப் பின்னணியில் உருவான இந்தியச் சூழலிய இயக்கங்கள் எவ்வாறு இங்கு உருவான இந்துத்துவப் பாசிச இயக்கங்களாலும் பிற்போக்கு தேசியவாதங்களாலும் கையகப்படுத்தப்பட்டன, கையகப்படுத்தப்படுகின்றன என்பதைக் காணலாம். சுற்றுச் சூழல் இயக்கம் என்றாலே இப்படித்தான் என நாம் இதைப் புரிந்துகொள்ளாவிட்டாலும் இப்படியான பார்வைக்கு அது வழிவகுப்பது குறித்த கவனம் நமக்குத் தேவை என்பதுதான் இதிலிருந்து நாம் எடுத்துக்கொள்ள வேண்டியது.

# 8. பாசிசம் என்பது இன வெறுப்பு மட்டும் அல்ல

பாசிசம் என்பது ஏதோ ஒரு குறிப்பிட்ட இனம் அல்லது மதம் மீதான வெறுப்பின் அடிப்படையில் உருவாவது மட்டுமல்ல. ஒரு வகையில் அது அடிப்படையில் மானுடத்தின் மீதே வெறுப்பைக் கொண்டுள்ளதாகவும் உள்ளது என்பதைத்தான் சாவித்ரி தேவியை முன்வைத்துப் பேசிக்கொண்டிருக்கிறோம். சூழலியல் மற்றும் 'வளர்ச்சி எதிர்ப்பு' இயக்கங்களும் அவ்வாறே ஒரு மானுட வெறுப்பைக் கொண்டிருப்பதை விளக்கச் சிரமம் எடுத்துக் கொள்ள வேண்டியதில்லை. மனிதன் தன் சுயநலத்திற்காக இயற்கையை அழிக்கிறான்; 'வளர்ச்சி' *(development)* என்பது ஏதோ ஒரு வகையில் சூழலை, இயற்கையை அழிப்பதுதான் என்கிற சிந்தனையிலிருந்து இது உருவாகிறது. காடுகளை அழிப்பது, நதிகளின் போக்கில் அணைகளைக் கட்டி அதன் உயிர்ப்பை அழிப்பது, பூமியைத் தோண்டிக் கனிம வளங்களை அழிப்பது, ஓசோன் படலங்களில் துளை ஏற்படும் வகையில் மனித சொகுசுகளை அதிகரித்துக் கொண்டே போவது - இவை எல்லாமே வளர்ச்சியின் பெயரால் மேற்கொள்ளப்படும் இயற்கை அழிப்புகள்தானே, இவை எல்லாமே மிகவும் உடனடிக் கவனத்திற்குரிய பிரச்சினைகள்தானே. இது குறித்துக்

கவலைப்படுதல் உண்மையில் மானுட இருப்பின் மீதான அக்கறையிலிருந்து உருவாவதுதானே? - என்பதுதான் நான் சொல்லி வருவதற்கான எதிர்வினையாக முன்வைக்கக் கூடிய ஒரே கேள்வி.

இதற்குப் பதிலளிப்பது எளிதல்லதான். ஆனால் என் நோக்கம் இதற்கு பதிலளிப்பது அல்ல. இந்த அடிப்படை அக்கறையின் மூலமாக மேற்கொள்ளப்படும் செயற்பாடுகள் இந்த அடிப்படை அக்கறைக்கே எதிரானதாக அமைந்துவிடக் கூடாது என்பதுதான். ஆனால் அப்படித்தான் நடந்து கொண்டுள்ளது என்பதே இப்போதைய கவலை.

இப்படிப் பேசுகிறவர்கள் எளிதில் ஏதோ ஒருவகையில் மானுட வெறுப்பைச் சுமந்துகொள்பவர்களாக உள்ளனர். அதன் விளைவாக அவர்கள் தொலைநோக்கில் மட்டுமின்றி உடனடியாக மானுட அழிப்பை ஏற்படுத்தக்கூடிய வழிமுறைகளைத் தேர்வு செய்வதற்கும் தயங்குவதில்லை.

வளர்ச்சி விமர்சகர்கள் ஏதோ ஒருவகையில் நேரடியாகவோ, மறைமுகமாகவோ இந்து சுயராஜ்யப் பொற்காலத்திற்குத் திரும்புவதற்கு அஷிஷ் நந்தி, தரம்பால், க்ளாட் ஆல்வாரஸ் என நிறைய எடுத்துக்காட்டுகளைச் சொல்ல இயலும். க்ளாட் ஆல்வாரஸ் போன்றோர் இந்துத்துவச் சொல்லாடல்களின் அடிப்படையில் இம்சை *X* அஹிம்சை; தர்மம் *X* அதர்மம் முதலான இருமைகளை உருவாக்கி இந்து வாழ்க்கை முறை = தர்மம் = அஹிம்சை என வாதிடுகின்றனர். அஹிம்சை என்பதற்கும் இந்து மரபிற்கும் என்ன தொடர்பு என்பது ஒரு பக்கம் இருக்கட்டும். சமண, பவுத்த அவைதீக மரபுகளையும் அவர் உள்ளடக்கிச் சொல்வதாகவே வைத்துக் கொள்வோம். அவர்கள் ஏதோ ஒரு வகையில் ‘சுதேசிக் கலாச்சாரத்திற்கும் பழமைக்கும் திரும்புதல்’ என்பதை முன்வைக்கின்றனர். வளர்ச்சி குறித்த ஒரு அகராதியைத் தொகுத்துள்ள வளர்ச்சி விமர்சகர்களில் ஒருவரான ஒல்பாஸ் சாக்ஸ், “வளர்ச்சிப் பணிகளின் தோல்விக்கான காரணங்களில் ஒன்று சுதேசிக் கலாச்சாரங்களை மதிக்காததுதான்” என்கிறார். இன்னொரு

விமர்சகரான எஸ்.கப்பன், “என்றென்றைக்கும் மதிப்பு மிக்கதான பழமையின் ஆழ்ந்த பார்வைக்குத்” திரும்ப வேண்டும் என்கிறார். ஏப்ரல் 1992இல் ஜெர்மனியில் நடைபெற்ற ‘புதிய உலக ஒழுங்கு’ என்பது குறித்த மாநாடொன்றில் ஹேன்ஸ் மே எனும் விமர்சகர், “எனவே மத அடிப்படை வாதங்களைக் கூட நாம் குறைத்து மதிப்பிட முடியாது” எனக் கூறியது இந்தப் பார்வையின் தர்க்கபூர்வமான முடிவுதான்.

## 9. ஓநாய் குலச் சின்னம்

பழமை என்பதை அப்படி ஒன்றும் இயற்கையோடு ஒன்றிணைந்து வாழ்ந்த ஒரு யுக அடையாளமாகச் சொல்லிவிட இயலாது. இயற்கையோடு மனிதனுக்கு எப்போதும் ஒரு முரணும் மோதலும் இருந்து கொண்டுதான் உள்ளது. மனித வாழ்க்கை என்பது இயற்கையைத் திருத்தி அமைப்பதுடன் பிரிக்க இயலாதவாறு பிணைந்துதான் இருக்கிறது. பெரிய அளவில் காடுகள் அழிக்கப்பட்டன. நமது மன்னர்கள் 'காடுவெட்டி' எனப் பெருமிதத்துடன் தம்மைக் கல்வெட்டுகளில் பதித்துக் கொண்டனர். உணவுக்காக மட்டுமல்ல, பெரியளவில் வேள்விகளில் அவிப் பொருட்களாகவும் உயிர்கள் அழிக்கப்பட்டன. இப்படி நிறையச் சொல்ல முடியும். விவசாயத்திற்காக நீரைத் தேக்குதல், கரைகளை உயர்த்துதல், மதகுகள் அமைத்து நீரைப் பூட்டி வைத்தல் எல்லாமும் அப்போதும் இருக்கத்தான் செய்தன.

ஆம். வளர்ச்சி என்பது புதிதல்ல.

இதன் முலம் என்ன சொல்ல வருகிறீர்கள், இன்றைய இயற்கை மீதான அழிவுகளை நியாயப்படுத்துகிறீர்களா என ஒருவர் கேட்கக் கூடும். நான் அந்தக் கேள்விக்கே போகவில்லை. நான்

சொல்ல வருவது இதற்கான தீர்வு பழமைக்குத் திரும்புவதோ பழம் மதிப்பீடுகளில் சரண் புகலோ அல்ல என்பதுதான். பழமை இதற்கு எடுத்துக்காட்டாகாது என்பதுதான். வேண்டுமானால் இப்படிச் சொல்லலாம். இப்போது இந்த அழிவுகள் அதி வேகமாகவும் பெரிய அளவிலும் நடைபெறுகின்றன என.

இந்த இடத்தில் ஒன்றைச் சொல்லத் தோன்றுகிறது. 'ஓநாய் குலச் சின்னம்' நாவலுக்கு (ஆசிரியர் மூலம் *Jiyang Rong*, தமிழில் சி.மோஹன்) உலக அளவிலும், தமிழகத்திலும் கிடைத்துள்ள வரவேற்பையும் நாம் இந்தப் பின்புலத்தில் வைத்துப் பார்க்க இயலும். அந்த நாவல் ஒரு சிறந்த கலைப் படைப்பு என்பதிலோ, அதை சி.மோகன் சிறப்பாக மொழியாக்கினார் என்பதிலோ எனக்கு விவாதமில்லை. ஆனால் அந்த நாவல் குறித்த விமர்சனங்களுள் சாரு நிவேதிதா எழுப்பியுள்ள கேள்விகள் முக்கியமானவை. அடிப்படையில் இந்த நாவலும் ஒரு மானுட வெறுப்பைச் சுமந்து நிற்பதுதான். டால்ஸ்டாயிலோ, தாஸ்தாவெஸ்கியிலோ இல்லை விக்டர் ஹ்யூகோவிலோ அல்லது எமிலி சோலாவிலோ அப்படி ஒன்றைக் காண இயலாது. மானுடத்தை அதன் அத்தனை இழிவுகளுக்கும், துயரங்களுக்கும், குற்றங்களுக்கும் மத்தியில் அவை நேசிப்பதற்கே இட்டுச் செல்லும். நாம் காணத் தவறும் அல்லது காணத் தவிர்க்கும் ஏதோ ஒன்றை அவை நமக்குள் உசுப்பும்.

உலகில் மிக அதிக மக்கள் தொகை உள்ள நாடு சீனம். அந்த மக்கள் வாழ்வதற்கு நிலப்பரப்பு வேண்டும். கம்யூனிசம் என்பது அதன் நடைமுறைகளின் ஊடாக இன்று தோற்றுப் போயிருந்தாலும் உலக வரலாற்றில் அது ஒரு புதிய சிந்தனையை, புதிய நடைமுறையை முயற்சித்த ஒன்று. யாருக்கும் எதுவும் உடைமை இல்லை, எல்லோருக்கும் எல்லாமும் பொது என்பதைப் பெருந்துணிச்சலுடன் முயன்று பார்த்த ஒன்று. மாஓ இன்னும் ஒரு படி மேலே போய் புரட்சி பொருளியலில் மட்டுமன்று, கலாச்சாரத்திலும் இருக்க வேண்டும் என்றார். படிப்பெல்லாம் அப்புறம் இருக்கட்டும். போ முதலில் மக்கள் மத்தியில், அவர்களோடு வாழ், அவர்களோடு உடலுழைப்பை மேற்கொள், அதன்மூலம் கற்றுக்கொள் என்றெல்லாம்

சிந்தித்தார். பொதுவுடைமை முயற்சிகளை மதிப்பிடுவதற்கு அவற்றின் தோல்விகளும், அத்துமீறல்களும் மட்டும் போதா.

'ஓநாய் குலச் சின்னம்' நாவலின் ஊடாக இழையோடுவது கலாச்சாரப் புரட்சியின் மீதான ஒரு விமர்சனம் மட்டுமல்ல. ஒரு மானுட வெறுப்பையும் அது மிகவும் நளினமாகச் *(subtle)* சுமந்து நிற்கிறது என்பதுதான்.

## 10. இமயம் உன் தந்தை, பாகீரதி உன் அன்னை

பாசிசமும் சூழலியமும் இணையும் இன்னொரு புள்ளி 'தூய்மை'. தூய்மையின் 'மற்றது' அழுக்கு; பாசிசம் அதன் மற்றதாக ஏதோ ஒரு இனம் அல்லது மதத்தை நிறுத்தும். இரண்டும் இயற்கையை வழிபடும். இயற்கைக்கு எதிரான இந்த மாசுகளை நீக்கித் துப்புரவாக்குவதை இலட்சியமாக்கும்.

இதையும் புரிந்துகொள்வது சற்றுச் சிக்கல்தான். ஒரு இந்திய எடுத்துக்காட்டுக்கு வருவோம். அதற்கு முன் "எனவே, மத அடிப்படை வாதங்களைக் கூட நாம் குறைத்து மதிப்பிட முடியாது" என்றாரே ஒரு வளர்ச்சி விமர்சகர். அதை மனதில் நிறுத்திக்கொள்வோம்.

பெரியவர் சுந்தர்லால் பகுகுணாவை அறிவோம். சிப்கோ இயக்கத் தலைவர். 260.5 மீட்டர் உயரத்துடன் கங்கையின் மூலமாகிய பாகீரதி நதியின் குறுக்கே கட்டப்பட்ட தெஹ்ரி அணைக்கு எதிரான மிகப் பெரிய அறப்போராட்டத்தை நடத்தியவர். காந்தி, வினோபா ஆகியோரது வழியில் வந்தவராக அவரைப் போற்றுவது உண்டு. எளிமை, அப்பழுக்கற்ற பொது வாழ்க்கை, ஒரு தவசியை ஒத்த தோற்றம் ஆகியவற்றால் எல்லோரையும் வசீகரித்தவர் அவர்.

உத்தரகான்ட் என்பது கங்கை யமுனை ஆகிய இரு புனித நதிகளின் தோற்றுவாய்களும் உள்ள மாநிலம். 1949இல் 2,70,000 ஹெக்டேர் நிலத்திற்குப் பாசனம் அளிக்கத் தக்கதாகவும், 346 மெகாவாட் மின் உற்பத்தி சாத்தியமுள்ளதாகவும் திட்டமிடப்பட்ட இந்த அணை இன்னொரு பக்கம் 23 கிராமங்களை முழுமையாகவும், 72 கிராமங்களை அரைகுறையாகவும் மூழ்கடிக்கும் எனவும், சுமார் 85,000 மக்கள் இடம் பெயர்க்கப்படுவர் எனவும் எதிர்பார்க்கப்பட்டது. இந்தப் பிரச்சினையில் சூழல் பாதிப்பையும் இடப்பெயர்வையும் எதிர்த்த "தெஹ்ரி பந்த் விரோதி சங்கர்ஷ சமிதி" எனும் பகுகுணாவின் சூழலியக்கமும், கங்கையின் "தூய்மையையும் புனிதத்தையும்" காக்கும் நோக்கத்தை முன்வைத்துக் களம் இறங்கிய விசுவ இந்து பரிஷத்தும் இணைந்து நின்ற கதை சுவாரஸ்யமானது.

விஞ்ஞானபூர்வமான ஆய்வுகளின் அடிப்படையில் மக்களுக்கும் சூழலுக்கும் ஏற்பட உள்ள இழப்புகளையும் ஆபத்துகளையும் விளக்கிப் பெரும் மக்கள் ஆதரவுடன் பகுகுணா தலைமையில் நடந்த அந்த நீண்ட காலப் போராட்டத்தின் வரலாறு மிக விரிவானது. முழுமையாகச் சொல்ல இங்கு இடமில்லை. அறிவியல், சூழலியல், மக்கள் நலன் ஆகியவற்றின் அடிப்படையில் நடந்து வந்த இந்தப் போராட்டத்தில் முற்றிலும் மதவாதம், உணர்ச்சி, தேசியம், இந்து அடையாளம் ஆகியவற்றை முன்னிறுத்தி இயங்கிய விசுவ இந்து பரிஷத், பஜ்ரங் தளம், கங்கா சபா, தர்ம யாத்ர மகா சங்கம், கங்கா ரக்ஷா சமிதி ஆகியன பெரிய பிரச்சினைகள் இன்றி ஊடுபாவிக் கலந்தன. அப்படிக் கலந்ததில் பகுகுணா அவர்களின் கருத்தியலுக்கு ஒரு முக்கிய பங்கிருந்தது. போராடும் மக்கள் மத்தியில் அவர் பேசிய பேச்சுக்களைக் கவனித்தால் இது விளங்கும்.

1997-இல் அணைக்கு எதிராக நடத்தப்பட்ட "தொழுகையுடன் கூடிய" (prayerful fast) ஒரு உண்ணாவிரதத்தின் இறுதியில் பேசும்போது பகுகுணா,

“சலசலத்தோடும் அன்னை பாகீரதியின் மடியில் அந்தக் கண்கொள்ளாக் காட்சியைக் கண்டபடி அமர்ந்து, புனித முழுக்கிட்டு, அமிழ்தை ஒத்த அவளின் நீரை அருந்துவது எனக்கு இணையற்ற சுகத்தை அளிக்கிறது. என் இறுதி மூச்சுவரை இந்த சுகத்தை அனுபவிக்கும் பேராவல் கொண்டுள்ளேன்...” என்று கூறினார்.

பிறிதொரு சந்தர்ப்பத்தில் இன்னொரு சூழலியக்கப் போராளியும் பகுகுணா தன் வழிகாட்டி என முன்நிறுத்தியவருமான சுவாமி சித்தானந்த பாரதி பேசுகையில்,

“ஹிமாலயப் பகுதி பக்தி மயமானது. எல்லாவற்றிலும் உன்னதமானதுடன் கலந்து இங்கு மக்கள் வாழ்ந்து வருகின்றனர். தங்களை உணர, தங்கள் அறிதலை மேம்படுத்த இந்த அமைதி தவழும் இடத்திற்கு வருகின்றனர். இமயம் உங்களின் தந்தை; நீங்கள் அவன் மடியில் வளர்ந்தீர்கள்” என்றார்.

இயக்கத்தின் இன்னொரு முன்னணித் தலைவரான வீரேந்திர தத்தா சக்லானி பேசுகையில்,

“ ‘கங்கா’ என்று சொல்லும்போதே நாம் உன்னதமான நறுமணத்தால் நிறைகிறோம்; உணர்ச்சி அலைகள் ஓடி வருகின்றன; காலங்காலமாக இந்திய மக்கள் உன் புகழைப் பாடி வருகின்றனர்” என்றார். இப்படி நிறையச் சொல்லலாம். நிறுத்திக்கொள்கிறேன்.

ஆக, அணையின் சுற்றுச் சூழல் பாதிப்பு, மக்களின் இடப் பெயர்வு ஆகியவற்றோடு கங்கையின் புனிதத்திற்கு ஏற்படும் அழிவாகவும், தெஹ்ரி அணை அமைத்தலை முன்வைத்து உணர்ச்சி விளையாட்டில் பகுகுணாவும் அவரது இயக்கத்தவரும் இறங்கியது விசுவ இந்து பரிஷத் முதலான மத அடையாளத்தை முன்வைத்து இயங்கும் இந்துத்துவ அமைப்புகள் ஊடுபுகுந்து தம் வெறுப்பு அரசியலை விதைப்பதை எளிதாக்கியது.

# 11. இந்துத்துவவாதிகளின் சூழலியல் ஆர்வம்

மதவாத சக்திகள் தெஹ்ரி அணைப் போராட்டத்தில் புகுந்து குட்டை குழப்பிய வரலாற்றை முகுல் சர்மா, டி.ராஜலக்ஷ்மி, எம்மா மாட்ஸ்லி, கே.ஆல்லி முதலியோர் விரிவாகப் பேசியுள்ளனர். சுமார் பத்து ஆண்டுகளுக்கு முன்னர் மதிப்பிற்குரிய நண்பர் எஸ்.வி.ராஜதுரை அவர்களுடன் நடந்த ஒரு விவாதத்தின்போது நானும் விரிவாக எழுதியுள்ளேன்.

சுருங்கச் சொல்வதானால், சுற்றுச் சூழல் ஆர்வலர்களும் சூழலியல் பிரச்சினையைத் தமது தேசியவாத அரசியலுக்குப் பயன்படுத்த முயலுபவர்களுக்கும் நோக்கங்கள் வேறு வேறு. சுற்றுச் சூழல் ஆர்வலர்களையும் கூட நாம் எல்லோரையும் ஒன்றே போல பார்க்க இயலாது. சுற்றுச்சூழலால் ஏற்படக் கூடிய உடனடியான இடப் பெயர்வு, மக்களுக்கு ஏற்படும் பாதிப்பு ஆகியவற்றை முதன்மைப்படுத்தி இயங்குவோர் ஒரு சாரார். இன்னொரு சாராரும் இவை குறித்துக் கவலைப்பட்ட போதும் அவர்கள் ஒருவகை பழமை நாட்டம், இயற்கையின் புனிதம், கை முதற்படா கவின் பெரு அழகு ஆகியவற்றில் பரவசம் அடைபவர்கள். பெரியவர் பகுகுணா, சித்தானந்த பாரதி, சக்லானி முதலானோர் இந்த இரண்டாம் வகையினர்.

“மதவாதம் என்பது அரசியலில் வேண்டுமானால் ஆபத்தாக இருக்கலாம். இந்தப் பிரச்சினையில் அப்படிப் பார்க்க இயலாது” என்றும் “யாருடன் வேண்டுமானாலும், எவருடன் வேண்டுமானாலும் நான் இணைந்து நிற்பேன்” எனவும் பகுகுணா வெளிப்படையாகக் கூறினார். ஏனெனில் கங்கையின் அந்த இயற்கை ஓட்டத்தைக் காப்பது என்பதும் கங்கையின் புனிதத்தைக் காப்பது என்பதும் அப்படி ஒன்றும் வேறுபடுத்திப் பார்க்கப்பட வேண்டியதில்லை என்பது அவர் நம்பிக்கை.

ஆனால் இந்த இருசாரருக்கும் அப்பால், தேசியவாத நோக்கில் சூழலியல் பிரச்சினையில் தலை நுழைப்பவர்களின் நோக்கமும் கரிசனங்களும் முற்றிலும் வேறு. தேசியவாதிகள் எப்போதும் ஒரு “மற்றதை” முன்னிறுத்துவர். அந்த மற்றதன் இருப்பு “நமக்கு” ஆபத்து என அவர்கள் ஒரு “நாம்” ஐயும் கட்டமைப்பர். அவர்களின் கரிசனம் எந்நாளும் இடம் பெயர்க்கப்படுபவர்கள் குறித்தோ, உடனடியாகப் பாதிக்கப்படக்கூடிய அடித்தள மக்கள் பற்றியோ இருக்காது. அவர்கள் அதுபற்றிப் பேசுவதில்லை. ரூர்கியில் உள்ள ‘சனாதன தர்ம பிரகாஷ்சந்த் பெண்கள் கல்லூரி’ யில் பேசும்போது, “அணை கட்டப்படும் இடத்தில் பூகம்பம் நிகழ்வதற்கான வாய்ப்புகள் பற்றியோ அல்லது இந்த அணையின் கட்டுமானச் செலவைக் காட்டிலும், அதனால் விளையும் பயன்கள் அதிகமாக இல்லை என்பது பற்றியோ நான் பேச வரவில்லை. நான் இங்கே ‘கங்கத்துவம்’ பற்றித்தான் பேச வந்துள்ளேன். கங்கத்துவம்தான் இந்துத்துவம். ஹிந்துத்துவம்தான் ராஷ்டிரத்துவம்” என்றார் அசோக் சிங்கால்.

ஆனால் அவர்கள் “கங்கத்துவம்”, “கங்கையின் புனிதம்” பற்றிப் பேசுவதோடு நிறுத்திக்கொள்ளவும் மாட்டார்கள். மாறாக அவர்கள் எதை மற்றதாக நினைக்கிறார்களோ அதனால் “நமக்கு”, “நம் தேசத்துக்கு” விளையப் போகும் ஆபத்து என்பார்கள். நம்மையும் நம் தேசத்தையும் அழிப்பதற்கான சதி இது என்பார்கள். அதைத்தான் சிங்கால் ராஷ்டிரத்துவம் என்றார்.

தெஹ்ரி அணையை அவர்கள் அண்டை நாட்டுச் சதி என்றனர். 200 அடிக்கும் மேல் உலகத்திலேயே அதிகமான உயரத்தில் கட்டப்படும் இந்த அணை அண்டை நாடுகளின் ஏவுகணை இலக்குகளுக்குள் வரக்கூடியதாக உள்ளது என்றனர். ரஷ்யா, சீனா ஆகியவற்றின் பெயர்களையும் அவர்கள் வெவ்வேறு சந்தர்ப்பங்களில் குறிப்பிட்டனர். ஒரு இந்து நாட்டை அழிப்பதற்கான மேலைநாட்டுச் சதி என்றும் பயம் காட்டினர். ஏனோ இந்த முறை பாகிஸ்தானைப் பெயர் குறிப்பிட்டுப் பேசவில்லை. "அணை உடைந்தால் கொல்கத்தா, கான்பூர், பாட்னா உட்பட கங்கோத்ரியிலிருந்து கங்கா சாகர் வரை உள்ள சுமார் 1000 நகரங்கள் 700 அடி ஆழத்தில் மூழ்கி அழியும்" என்றார் ராம் விலாஸ் வேதாந்தி. இந்த அணை கட்டப்படுவது தடுக்கப்படாவிட்டால் பாபர் மசூதியை இடித்து வீழ்த்தியது போல இதையும் வீழ்த்துவோம் என முத்தாய்ப்பாகச் சொல்லித் தங்களின் அரசியல் திட்டத்தில் பாபர் மசூதி இடிப்பைப் போல, இதுவும் ஒரு அங்கமாகலாம் எனச் சொல்லி வைத்தார்கள்.

ஆனால் தங்களின் நோக்கம் அணை உடைந்தால் ஏற்படும் ஆபத்து மட்டும் இல்லை என்பதையும் அவர்கள் அவ்வப்போது உளறி வைக்காமல் இல்லை. அவர்களுக்கு இப்படி ஒரு கவலையும் இருந்தது: "கங்கை ஓட்டத்தின் ஊடாக ஹரித்துவாரிலிருந்து ரிஷிகேசம் வரை அமைந்துள்ள நமது ஆசிரமங்களுக்கு ஏராளமான பண ஓட்டமும் வந்துகொண்டு இருக்கிறது. கங்கை ஓட்டத்திற்கு (இந்த அணையின் மூலமாக) ஏதேனும் தடை ஏற்பட்டால் இந்தப் பண ஓட்டமும் வற்றி விடும்" என்று தன் கவலையை சுவாமி சித்பவானந்தர் வெளிப்படையாகவே பகிர்ந்துகொண்டார்.

இவர்கள் பிரச்சாரத்தை மேற்கொண்டிருந்த பகுதிகளில் குறிப்பிட்ட அளவுக்கு முஸ்லிம்களும் உண்டு. ஆனால். இவர்கள் தங்கள் பிரச்சாரப் பயணங்களிலும் இயக்கங்களிலும் அவர்களை அண்ட விடுவதில்லை. கங்கத்துவத்திற்கான அவர்களின் இயக்கம் இன, மதத் தூய்மையுடனும் இருந்தாக வேண்டும். மகாமண்டேலேசுவரர் சுவாமி பக்த ஹரியிடம் முஸ்லிம்களை ஏன் அண்டவிடுவதில்லை எனக் கேட்டபோது,

அவர் சொன்னார்: "கங்கை நம் அன்னை. கங்கையைத் தாயாகக் கருதாதவர்கள் எப்படி நம்மோடு வர முடியும்? அவர்கள் பயனற்ற கெட்ட புத்திரர்கள். ஆனாலும் கங்கை அன்னை எல்லோரையும் சமமாகவே ஆசிர்வதிக்கிறாள்." இது அவர் சொன்னது.

ஆனால் அவர்கள் கடைசிவரை அணை எதிர்ப்புப் போராட்டத்தில் தீவிரத்தைக் காட்டவில்லை. 1998 நாடாளுமன்றத் தேர்தலின்போது அணைப் பிரச்சினையை மிகத் தீவிரமாகப் பேசி வந்த சுவாமி சின்மயானந்தா, வாஜ்பேயி அமைச்சரவையில் பங்கு பெற்றபின் இதுகுறித்து வாய் திறக்கவில்லை. 2001 டிசம்பரில் அணையின் மதகுகளை முதன் முறையாக மூடி நீரைத் தேக்கும் விழா பெரிய அளவில் அரசு விளம்பரங்களுடன் மேற்கொள்ளப்பட்டது. ஆசியாவின் மிகப்பெரிய அணை எனவும், உலகில் ஐந்தாவது பெரிய அணை எனவும், அடல் பிகாரி வாஜ்பேயியின் திறமை மிகு தலைமையில் இது நடைபெறுகிறது எனவும் உத்தரகாண்ட் மாநில பா.ஜ.க. அரசு இதழ்களில் விளம்பரங்களை வெளியிட்டது.

அணையை மூடி கங்கை அன்னையின் ஓட்டத்தை இவ்வாறு தடைசெய்வதற்கு எதிராக சூழல் இயக்கத்தினர் நடத்திய உச்ச கட்டப் போராட்டத்தில் விசுவ இந்து பரிஷத் முதலான இந்துத்துவ சக்திகள் தலைகாட்டவில்லை. அவர்கள் அவர்களின் ஆட்சிக்குப்பின் இவ்வாறு காணாமற் போயினர்.

இதன் பின்னணியில் இரண்டு காரணங்கள் இருந்ததை நாம் ஊகிக்க முடிகிறது. ஒன்று: அவர்கள் இப்போது ஆட்சியில் இருந்தனர். அணு குண்டு வெடித்து அதை 'இந்து குண்டு' என உலக அரங்கில் ஒரு வல்லரசு அடையாளமாக முன் நிறுத்தும் முயற்சியில் இருந்தனர். 'வளர்ச்சிக்கு'த் தாங்கள் எதிரானவர்கள் இல்லை எனக் காட்டிக் கொள்ளவும், சுற்றுச் சூழல் முதலான இயக்கங்களின் அச்சுறுத்தலின் விளைவாக வெளிநாட்டு முதலீடுகள் வருவதில் தடை ஏற்படாமல் பார்த்துக்கொள்ளவும் வேண்டிய தேவை அவர்களுக்கு இருந்தது.

அடுத்து: தெஹ்ரி போராட்டத்தின் ஊடாக இந்துத்துவ சக்திகளின் நோக்கம் நிறைவேறவில்லை என்பது இப்படி அவர்கள் ஒதுங்கிக்கொண்டதற்கான காரணம் என்கிறார் ராஜலக்ஷ்மி. ஆம், 'மற்றதை' எதிரியாக நிறுத்தும் அவர்களின் இறுதி நோக்கத்தில் தெஹ்ரி இயக்கம் பெரிய பயனை அவர்களுக்குத் தந்துவிடவில்லை. கங்கை தன் புனிதத்தை இழப்பது, கழிவுகள் கலந்து தீட்டாவது முதலான பிரச்சினைகள் முஸ்லிம்களை எதிரியாக முன்வைக்கும் தம் நோக்கத்திற்கு எவ்வகையிலும் பலனளிக்கவில்லை என்பதை அவர்கள் உணர்ந்தனர். கங்கையில் கழிவுகளைக் கலக்கிறார்கள் என்றெல்லாம் முஸ்லிம்களை மட்டும் அவர்கள் எதிரிகளாக நிறுத்த இயலவில்லை.

கூடங்குளம் போராட்டத்திலும் இதைப் பொருத்திப் பார்க்க இயலும். கூடங்குளம் போராட்டத்தை இந்துத்துவ சக்திகள் ஆதரிக்கவில்லை. உள்ளூர் மட்டத்தில் சங்கப் பரிவாரத்தினர் வேறு வழியின்றிப் போராட்டத்தில் இருந்தபோது அவர்கள் மீது அமைப்பு ரீதியான நடவடிக்கைகள் எடுக்கப்பட்டன. மற்றபடி பா.ஜ.க, இந்து முன்னணி முதலியன வெளிப்படையாகப் போராட்டத்தை எதிர்த்தன. ஒரு கட்டத்தில் போராட்டக் குழுவைச் சேர்ந்த முகிலன் முதலானோர் பேச்சுவார்த்தைக்கு வந்தபோது இந்து முன்னணியினர் தாக்குதலையும் மேற்கொண்டனர். இதற்கும் இரண்டு காரணங்களைச் சொல்ல முடியும். ஒன்று: இந்தியாவை அணு வல்லமை மிக்க ஒரு வல்லரசாக ஆக்கும் இவர்களின் திட்டத்திற்கு இந்தப் போராட்டம் எதிரானது. இரண்டு: இந்தப் போராட்டத்தை ஆதரிப்பது எந்த வகையிலும் முஸ்லிம்களையோ கிறிஸ்தவர்களையோ எதிரிகளாக நிறுத்தப் பயன்படாது. தவிரவும் கிறிஸ்தவ மீனவர்களும் பாதிரியார்களும் இந்தப் போராட்டத்திற்கு ஆதரவாக இருந்தனர்.

தமிழகத்தில் நடக்கும் இதர சூழலியல் போராட்டங்களிலும் இந்துத்துவ சக்திகளின் இரட்டை நிலையைக் காண இயலும். பெருந்துறையில் கொகோ கோலா நிறுவனத்திற்கு எதிராக நடக்கும் போராட்டத்தில் அவர்கள் பங்கேற்பார்கள். ஆனால்

காயல்பட்டினத்தில் சாரங்கதாரா கெமிகல்சுக்கு எதிராக நடக்கும் போராட்டத்திற்கு எதிராக இருப்பார்கள். ஏனெனில் காயல்பட்டினத்தில் அதிகம் வசிப்பவர்கள் முஸ்லிம்கள். நிறுவனமோ இந்துக்களுடையது.

கூடங்குளப் போராட்டத்தில் தமிழ் தேசிய இயக்கங்களின் பங்கு சூழலியல் தேசியத்திற்கு ஒரு நல்ல எடுத்துக்காட்டு. இந்தப் போராட்டத்தைத் தங்களின் கைக்குள் கொண்டுவர அவை எல்லா முயற்சிகளையும் மேற்கொண்டதை நாம் அறிவோம். தமிழ் நாட்டில் காலம் காலமாக வசிக்கும் தெலுங்கு, கன்னடம் முதலான மொழிகளைப் பேசுவோரை முக்கிய எதிரியாக முன்னிறுத்துவோரும் இந்த முயற்சியில் முன்னின்றனர். 'தமிழ்ச் சாதிகளின் கூட்டமைப்பு' என்றெல்லாம் பேசியவர்கள் இவர்கள்.

கூடங்குளம் போராட்டத்தில் தமிழ் தேசியர்களின் பங்களிப்புகளைப் பொறுத்தமட்டில் தெஹ்ரி போராட்டத்தில் இந்துத்துவ சக்திகளின் பங்கேற்புடன் சில ஒப்புமைகளைக் காண இயலும். தமிழகத்தை அழிப்பதற்கான இந்திய அரசின் முயற்சி எனக் கூடங்குளம் அணு உலையை முன்வைப்பதாக இவர்களின் சொல்லாடல்கள் அமைந்தன.

ஒரு பேச்சுக்கு இப்படி வைத்துக் கொள்வோம். தமிழ்நாடு தனியாகப் பிரிகிற ஒரு நிலை ஏற்படுகிறது என்போம். அப்போது இவர்களின் நிலை என்னவாக இருக்கும்? அணு உலைகளை இவர்கள் எதிர்ப்பார்களா? அணு உலையையும் எதிர்க்க மாட்டார்கள். அணுகுண்டுகளையும் எதிர்க்க மாட்டார்கள். வலிமையான தமிழ் தேசத்தை அமைக்க அப்போது அவர்களுக்கு அணு உலைகளும் தேவைப்படும். அணு குண்டுகளும் தேவைப்படும். "சுற்றிலும் வலிமையான எதிரி நாடுகள்" என்கிற சொல்லாடல் அப்போது அவர்களுக்குக் கைகொடுக்கும். வலிமையான தேசம் என்கிற கருத்தாக்கத்தின் முன் கதிர்வீச்சின் தீமைகள், ஆயிரமாயிரம் ஆண்டுகள் தீங்கை விளைவிக்க உள்ள அணுக் கழிவுகளின் ஆபத்துக்கள், பெரிய அளவில் மீனவர்கள் முதலானோரின் வாழ்வாதாரம் அழிதல் என்பதெல்லாம் இவர்களின் தேசியக் கட்டமைப்பில் ஒரு பொருட்டல்ல.

# பேராசிரியர் சிவத்தம்பியும் நவ சிந்தனைகளும்

*July 9th, 2011*

"அதீதமான முரண்பாடுகளிடையேதான் நாம் அதிகம் உரையாடலையும் உறவுகளையும் வளர்த்துக்கொள்கிறோம். வழிபாடுகளையும் துதிபாடல்களையும் மறுதலித்து அப்பால் போய்நின்று பார்த்தால் கற்கவேண்டியது இன்னும் இன்னும் அதிகமாகவேயுள்ளது. பேராசிரியர் கா. சிவத்தம்பி அவர்களின் மறைவையொட்டி 2006 இல் "மற்றது" இதழ் 2 இல் வெளிவந்த அ.மார்க்ஸ் அவர்களது கட்டுரையை மறுபிரசுரம் செய்கிறோம்." என 'மற்றது' அமைப்பு ஜூலை 9, 2011 இல் மறுவெளியீடு செய்யப்பட்டது. இது மீண்டும் இன்று (செப் 17, 2023) சில திருத்தங்களுடன் இந்தத் தொகுப்பில் இடம்பெறுகிறது. நான் பேராசிரியர் சிவத்தம்பி அவர்களின் மாணவன். அவரை ஆசானாக ஏற்று நிறைய அறிவுசார் பயன் அடைந்தவன். அவருக்கு என்றென்றும் என் அஞ்சலிகள்

- அ.மார்க்ஸ்

"இருபதாம் நூற்றாண்டுத் தமிழியல் ஆய்வு: பேராசிரியர் கா. சிவத்தம்பி அவர்களின் "வகிபாகமும் திசை வழிகளும்" என்கிற தலைப்பில் சென்ற டிசம்பர் 12, 13, 14 தேதிகளில் சென்னையில் நடைபெற்ற பன்னாட்டுக் கருத்தரங்கில் இருபதாம் நூற்றாண்டின் இறுதிப்பகுதியில் தமிழ்ப் பரப்பில் மேலெழுந்து வந்த நவீன சிந்தனைகளைப் பேராசிரியர் எதிர்கொண்ட விதம் குறித்து அ.மார்க்ஸ் ஆற்றிய உரை இங்கு முழுமையாக வெளியிடப்படுகிறது. டொரொன்டோ பல்கலைக்கழகத்தின் தென் ஆசிய மையமும் சென்னைப் பல்கலைக்கழகத்தின் தமிழ் இலக்கியத் துறையும் இணைந்து நடத்திய இக்கருத்தரங்கில் சுமார் முப்பதுக்கும் மேற்பட்டோர் கலந்துகொண்டு உரையாற்றினர், அ. மார்க்ஸின் இவ்வுரை அடங்கிய அரங்கிற்குத் தலைமை ஏற்ற தமிழவன். "இதுவரை முன்வைக்கப்பட்ட கருத்துகளிலிருந்து மாறுபட்டு ஒலிக்கும் ஒரே குரல்" என்பதாக இதனை மதிப்பிட்டது குறிப்பிடத்தக்கது."

# நினைவுகளில் பேராசிரியர்

தமிழ் ஆய்வுலகம் இன்று தன்னிடையே வாழும் அதன் தலைமகனுக்குத் தன் மரியாதையையும் அன்பையும் நன்றிகளையும் தெரிவிக்கும் ஒரு திருவிழா போல இரண்டு நாட்களாக இந்நிகழ்வு இங்கு நடைபெற்றுக்கொண்டிருக்கிறது, ஆய்வாளர்கள் மட்டுமின்றி பேராசிரியரின் குடும்பத்தினர், மாணவர்கள், நண்பர்கள் என்பதாகத் திரண்டுள்ள இவ்வரங்கில் பேராசிரியருக்கும் எனக்குமான சில தனிப்பட்ட நெருக்கங்களைப் பகிர்ந்துகொள்ளாதிருக்க இயலவில்லை. வகுப்பறையில் நான் அவரிடம் பாடம் கேட்டவனில்லையாயினும் தஞ்சைத் தமிழ்ப் பல்கலைக்கழகத்தில் ஆய்வுப் பணிக்காக அவர் வந்திருந்த ஆறு மாத காலமும் கிட்டத்தட்ட ஒரு குருகுலவாசம் போல அவருடன் பழகிய அனுபவம் எனக்குண்டு, 'பாரதி: மறைவு முதல் மகாகவி வரை' எனும் நூலை அவருடன் இணைந்து எழுதும் பெரு வாய்ப்பை எனக்குக் அருளியவரும் அவர்தான். அநேகமாக இத்தகைய வாய்ப்பு எனக்கு மட்டுமே கிட்டிய ஒன்று என்றே கருதுகிறேன். தரவுகளைச் சேகரித்தல், தொகுத்தல், பகுப்பாய்வு செய்தல், இறுக்கமாக எழுதுதல், செப்பம் செய்தல் என்கிற நூலெழுது முறைமையினை நான் அறிந்து சொல்வதற்கு அவ்வனுபவம் பேருதவியாக அமைந்தது. ரஷிய வழி மார்க்சிய நூற்கள், கிறிஸ்டபர் காட்வெல், ஜார்ஜ் லூகாக்ஸ் ஆகியவற்றோடு நின்றிருந்த எங்கள் படிப்பை விசாலப்படுத்தியது அவருடைய நட்பு. குறிப்பாக டெர்ரி

ஈகிள்டன், ரேமன்ட் வில்லியம்ஸ் ஆகியோரின் எழுத்துக்கள் அவர் மூலம்தான் எனக்குப் பரிச்சயமாயிற்று.

தஞ்சையிலுள்ள சரபோஜி மன்னர் காலத்திய சத்திரங்களை நிர்வகிக்கும் அரசுத்துறை நடத்துகிற 'ராஜா ரெஸ்ட் ஹவுஸ்' எனும் ஒரு எளிய விடுதியில் தங்கியிருந்த பேராசிரியரைத் தினசரி கல்லூரி முடிந்தவுடன் நேராகச் சென்று சந்திப்பதை வழக்கமாகக் கொண்டிருந்தேன். நண்பர் வேல்சாமி கடையை மூடிவிட்டு இரவு எட்டு மணி போல வருவார், பேசிக்கொண்டே இருப்போம், இடையில் வெளியே சென்று ஓட்டலில் சாப்பிட்டு விட்டு தஞ்சை வீதிகளில் வண்டிகளில் விற்கும் வாழைப்பழத்தை வாங்கிச் சாப்பிட்டுக் கொண்டு, பேருந்து நிலையத்தை ஒட்டி எப்போதும் ஒலிபெருக்கியில் ஒலித்துக்கொண்டிருக்கும் லாட்டரிச் சீட்டு விளம்பரத்தை ரசித்துக்கொண்டே அறைக்கு வருவார் பேராசிரியர். அறையில் நல்ல சிலோன் தேயிலை வைத்திருப்பார் பேராசிரியர். பாலில்லாமல் தேநீர் அருந்துவதும் எங்களுக்கு அவருடனாகத்தான் பழக்கமாயிற்று.

புலமை சார்ந்த விடயங்கள் தவிர வேறு சில உயர் பண்புகளையும் நாங்கள் அவரிடமிருந்து கற்றுக்கொண்டோம். இடதுசாரிக் கட்சிகளுடன் அடையாளம் காணப்பட்ட அவரைச் சந்திக்கவென கிராமப் பகுதிகளிலிருந்து சில நேரங்களில் கட்சித் தோழர்கள் கூட வருவார்கள். எந்நேரமாயினும் எத்தனை முக்கிய வேலை இருந்தபோதிலும் அவர்களுடன் நீண்ட நேரம் உரையாடி மகிழ்வார் பேராசிரியர். அவர்களிடம் சொல்வதற்கு மட்டுமின்றி அவர்களிடமிருந்து அறிந்துகொள்வதற்கும் பேராசிரியருக்குச் செய்திகள் இருக்கும்.

பேராசிரியர் தஞ்சையில் இருந்த காலத்தில்தான் எங்களுக்கு இன்னொரு முக்கிய நட்பும் வாய்த்தது, தோழர் டானியல் அவர்களும் 'பஞ்சமர்' நூல் வெளியீட்டிற்காக அதே நேரத்தில் தஞ்சையில் தங்கியிருந்தார். அரசியல் ரீதியாகவும் வர்க்க அடையாளத்தினடியாகவும் எங்களின் சாய்வு டானியலின் பக்கமே அதிகமிருந்தது. டானியலும் பேராசிரியரும் இடதுசாரி அரசியலில் வேறு வேறு அணியில் இருந்தவர்கள், முன்னவர்

சீனச் சார்புடையவர். பின்னவர் ரஷியச் சார்புடையவர். தவிரவும் பேராசிரியரின் தமிழ் தேசிய அரசியலில் இருந்து முற்றாக விலகியவர் டானியல். எங்களுடனான உரையாடல்களில் சிவத்தம்பி அவர்களைக் குறிக்குமிடத்து டானியல் மிகவும் இயல்பாகத் 'திரிபுவாதி'. என்பார். எங்களுக்கு மிகவும் வியப்பாக இருக்கும். ஏனெனில் இங்கே அது அரசியல் எதிரிகளைத் திட்டப் பயன்படுத்தும் சொல். திட்டும் நோக்கிலன்றி அரசியல் ரீதியாக அடையாளப்படுத்தும் நோக்கிலேயே டானியல் பேராசிரியரைத் 'திரிபுவாதி' என்பார். இருவருக்குமிடையே நல்லதொரு நட்பு நிலவியதை எங்களால் அனுமானிக்க முடிந்தது, அத்தகைய ஒரு நட்பைப் பேராசிரியர் கைலாசபதி அவர்களுடன் டானியல் கொண்டிருக்கவில்லை என்பது இங்கே குறிப்பிடத்தக்கது. இத்தனைக்கும் கைலாசபதி டானியலைப் போலவே ஏதோ ஒரு வகையில் சீனச் சார்பு நிலை எடுத்தவர்.

பேராசிரியரின் மாணவன் என இங்கே என்னை அறிமுகப்படுத்திக் கொண்டேன். அது எனக்குப் பெருமை. ஆனால் பேராசிரியர் அவர்களுக்கு இது எந்த அளவிற்குப் பெருமை சேர்க்கும் என எனக்குத் தெரியாது. ஏனெனில் நாங்கள் செய்து வரும் பல காரியங்கள் இன்று பேராசிரியருக்கு உவப்பளிக்கக் கூடியதாக இருக்காது என்பதை நானறிவேன். எனினும் சிவத்தம்பி அவர்களுக்கு நான் என்றென்றும் நன்றிக் கடன்பட்டுள்ளேன். பேராசிரியரின் 'கல்விசார் வாழ்வும் பணியும்' என்கிற தலைப்பில் இங்கே அளிக்கப்பட்டுள்ள சிற்றேட்டைப் புரட்டும் யாருக்கும் மலைப்பு ஏற்படவே செய்யும். எத்தனை அனுபவங்கள். எத்தனை விரிவான தளங்களில் அவரின் பயணம் மேற்கொள்ளப்பட்டுள்ளது என்பதை எல்லாம் அறியும்போது பிரமிப்பு மேலிடுகிறது. பேராசிரியர் நவீன சிந்தனைகளை எதிர்கொண்டுள்ள விதம் என்பதாக அன்றி அவரது பிறதுறைப் பங்களிப்புகளில் ஏதொன்றையாவது இன்றைய உரைக்கு நான் தேர்வு செய்திருந்தேனெனில், எனது நன்றிக் கடனைச் செலுத்துவதற்கு இது ஒரு வாய்ப்பாக அமைந்திருக்குமே என்கிற ஆதங்கத்தோடு எனது தலைப்பினுள் நுழைகிறேன்.

# 1. மரபில் வேர் கொண்ட பேராசிரியர்

வரலாற்றுப் பொருள் முதல்வாத அணுகல் முறை என்பது மிகவும் வரட்டுத்தனமாகப் பிரயோகிக்கப்பட்டுக்கொண்டிருந்த தமிழ்ச் சூழலில் அதனைச் சற்றே நெகிழ்த்தி லூயி அல்துஸ்ஸர், டெர்ரி ஈகிள்டன், பியர் மாசெறி ஆகியோர் முன்வைத்த 'கருத்தியல்' என்கிற கருத்தாக்கத்தின் அடிப்படையில் மார்க்சிய அணுகல் முறையைச் செழுமையாக்கியவர் பேரா. சிவத்தம்பி. வரலாறு எழுதியல், இலக்கிய வழி வரலாறு எழுதுதல் ஆகியன குறித்துத் தமிழ்ச்சூழல், குறிப்பாகக் கல்விச் சூழலில் பிரக்ஞை உருவாக்கியவர் அவர். திணைக் கோட்பாடு குறித்த அவரது கட்டுரை இங்கு ஏற்படுத்திய சலசலப்பு குறிப்பிடத்தக்கது. உயர் இலக்கியங்களுடன் தன் ஆய்வைச் சுருக்கிக்கொள்ளாமல் சனரஞ்சகப் பண்பாடு *(popular Culture)* குறித்த விமர்சனங்களையும் அவர் தொடர்ந்து மேற்கொண்டு வந்தார். புதிய செய்திகளைச் சீரணிக்க முயற்சிக்கும் போக்கு அவரிடம் இன்றுவரை உள்ளதை யாரும் மறுத்துவிட இயலாது.

இன்றைய கொண்டாட்டங்கள் அனைத்திற்கும் சிவத்தம்பி அவர்கள் தகுதியானவர்தான் என்ற போதிலும், இத்தகைய முயற்சிகள் அவரை ஒரு 'திரு உரு' *(icon)* வாக்கும் ஆபத்தை

நாம் சுட்டிக்காட்டாதிருக்க முடியாது. இப்படியான திருஉருக்களை உருவாக்குவதென்பது ஆய்வு வளர்ச்சிக்கு இடையூறாக மாறிவிடுகிற ஆபத்து உண்டு. இந்த எச்சரிக்கை குறித்த உணர்வுடன் என் உரை அமைகிறது.

பேராசிரியர் ஒரு பன்னாட்டு அறிஞர் (international scholar), அவரது ஆய்வுகளும் விரிந்த பரப்புடையது, அவரது புலமை குறித்து இருபதிவுகளைச் செய்தல் அவசியம்.

1. விரிந்த புலமையும் கல்வியியல் தகுதிகளும் உள்ள போதும் நோம் சோம்ஸ்கி போல அவர் ஒரு *public intellectual* (மக்கள் அறிஞர்) அல்லர். சமகால அரசியல் குறித்து அவர் பேசியிருந்த போதிலும் ஈழத் தேசிய அரசியலில் சில சந்தர்ப்பங்களில் அவர் பெயர் குறிப்பிடப்பட்டிருந்த போதிலும் அவரை ஒரு *public intellectual* எனக் கூற இயலாது. தம் மக்களின் உரிமைகள் மீறப்படுதலை விருப்பு வெறுப்பின்றி அவர் கண்டித்தோ. அவற்றிற்கு எதிரான செயற்பாடுகளில் தம்மை ஈடுபடுத்திக் கொண்டதோ வீதி இறங்கியதோ கிடையாது. எனினும் அவருக்கு இது குறித்து உறுதியான பார்வைகள் உண்டு. தன்னை ஒரு கல்விசார் அறிஞராக மட்டுமே முன் நிறுத்திக் கொண்டார். ஆனாலும் அவருக்கு அன்றைய அரசியல் முதலியன குறித்த பார்வைகள் இருந்ததை நாங்கள் அறிவோம். அவரது காலத்தில் நிகழ்ந்த அநீதிகளை இங்கே விளக்க வேண்டியதில்லை. அவை குறித்து அவர் ஆழமான கருத்துக்கள் உடையவர். ஆனால் அரசியல் களத்தில் ஏதும் கருத்துக்கள் முன்வைப்பதைக் காட்டிலும் ஒரு நவீன தமிழ் அறிஞராகவே அவர் வெளிப்பட்டார்.

2. அவருடைய சர்வதேசப் புலமைக்கு அப்பால் அவரிடம் வேர்கொண்டுள்ள உள்ளூர்த் தன்மை (*localism*) கவனிக்கப்பட வேண்டிய ஒன்று. கரவெட்டி விக்னேஸ்வராக் கல்லூரியின் பெருமைக்குரிய மாணவரான சிவத்தம்பி அவர்களின் ஐயா (தந்தையார்) கார்த்திகேசு அவர்கள் யாழ்ப்பாணம் ஆரிய திராவிட பாசாபிவிருத்திச் சங்கப் பண்டிதர்; சைவ சித்தாந்தக் கழகத்தின் சைவப் புலவர். குமாரசாமிப் புலவர். நவநீத

கிருஷ்ண பாரதி. சோமசுந்தரப் புலவர். மகாலிங்க சிவம் ஆகியோரிடம் பாடம் கேட்டவர். கட்டுரையாளர். சோதிட ஆய்வாளர். முருக பக்தர். வெருவல். செல்வச் சன்னிதி பற்றிப் பாடல்கள் இயற்றியவர். இத்தகைய பாரம்பரியத்தில் தோன்றிய நம் பேராசிரியர் எந்நாடுகள் சுற்றிய போதிலும் தன்னாட்டில் மய்யம் கொண்டவராகவும், அதன் பண்பாடுகளிலும். மரபுகளிலும் அரசியலிலும் ஆழ வேர் பாய்ச்சியவராகவும் இருந்து வந்துள்ளார் என்பது குறிப்பிடத் தக்கது. புலமைப் பணிகளுக்காக மட்டுமே (தற்காலிகப்) புலப் பெயர்வுகளை மேற்கொண்டவர் அவர். ராகுல சாங்கிருத்தியாயன் போல ஒரு நாடோடி அறிஞர் அல்லர். கரவெட்டி, வல்வெட்டித்துறை முதலான அடையாளங்கள் அவரிடமிருந்து தரிக்க இயலாதவை.

இந்தப் புலம் பெயரா மாண்பு அவரை மிகவும் மரபு வழிப்பட்ட புலமையாளராக உருவாக்கியுள்ளது. இதை நான் குறைவாகச் சொல்லவில்லை. மரபிற்கு உரிய மகத்துவம் அளித்தவர் அவர். மார்க்சியம் பேசியபோதும், பின் நவீனத்துவத்தைச் சொல்லாடிய போதும் அவர் இந்த மரபின் எல்லையைத் தாண்டியதில்லை. இதன் விளைவாகவே இறுக்கமான மரபு வழிப்பட்டவர்களாலும் அவர் ஏற்றப்படுகிறார். இன்று தமிழுலகம் முழுமையாக எழுந்து நின்று அவரைப் போற்றுவதற்கும் அதுவே காரணம்.

மரபில் இவ்வாறு வேர் பாய்ச்சி நின்றமை இத்தகைய பெருமைகளை அவருக்கு ஈட்டித் தந்திருந்த போதிலும் அவரது ஆய்வில் சில எல்லைகளை ஏற்படுத்தவும் செய்தன. சில அம்சங்களில் குறுகிய வட்டத்திற்குள் அவரை முடக்கின. நிரப்ப இயலாத சில இடைவெளிகளை அவை ஏற்படுத்தின. சங்க இலக்கியம், பக்தி இலக்கியம், சிறுகதை, நாவல் முதலான நவீன இலக்கியங்கள், திரைப்படம். தொலைக்காட்சித் தொடர் குறித்தெல்லாம் விரிவாய்ப் பேசிய பேராசிரியர் மணிமேகலை, சிந்தாமணி, பெருங்கதை முதலான பேரிலக்கியங்கள் குறித்து ஒன்றும் பேசியதில்லை. திருக்குறளில் காணப்படும் சமணக் கூறுகளுக்கு அழுத்தம் கொடுத்ததில்லை. பர்ட்டன் ஸ்டெய்னின் இடைக்கால வரலாறு குறித்த ஆய்வுகளை விளக்கும் பேராசிரியர்

களப்பிரர் காலத்தை இருண்ட காலமாய்ச் சித்திரிக்கும் தமிழ் மரபு குறித்து சீனி வெங்கடசாமி போல உறுதியான கருத்தும் பகர்ந்ததில்லை.

பக்தி இயக்கம் குறித்த மரபு வழிப்பட்ட, விமர்சனமற்ற பார்வையே பேராசிரியரிடம் வெளிப்பட்டது. வணிக வர்க்கத்திற்கு எதிரான நிலவுடமையினர்களின் எதிர்ப்புணர்வாகப் பக்தி இயக்கத்தை விவரித்து வந்த பேராசிரியர் பின்னாளில் இக்கூற்றிற்கு அதிக அழுத்தம் கொடுக்கவில்லையாயினும் அதனை வியப்பதைக் குறைத்தாரில்லை.

"தமிழ்நாட்டில் சைவ-வைணவப் பாரம்பரியங்களின் மிக முக்கியமான பலம் பக்தி நிலையே, பக்திநிலை என்பது வழிபடு கடவுளோடு ஒரு ஆள்நிலைப்பட்ட (personal) உறவுகொள்வது ஆகும்" என்றவர் அவர் (நேர்காணல்கள். பக்,202).

இந்திய மனநிலை (indian psyche) தமிழ் இலக்கியங்களில் வெளிப்படுவது குறித்த அகில கேள்வி எழுப்பப்படும்போது, "இந்திய மனநிலை தமிழ் நாவல்களில் வரவில்லை என்பதை ஒத்துக்கொள்கிறேன். ஆனால் ஒன்று. இந்திய மனநிலை வேறு எந்த வகையிலும் தெரியாத வகையில் தமிழ் இலக்கியத்தில் வந்துள்ளது. மாணிக்க வாசகர், நம்மாழ்வார் போன்றோரின் கவிதைகள். அது இந்திய மனநிலைதான். கடவுளோடு உள்ள உறவுதான். அவதாரங்கள் பற்றிய நினைவுகள்தான். தெய்வங்கள் பற்றிய கோட்பாடுதான், பக்தி பற்றியதுதான். அது மாணிக்க வாசகர். நம்மாழ்வார், தொண்டரடிப் பொடியாழ்வார் போன்றவர்களின் சொந்த வாழ்க்கையாகவே இருந்தது. தமிழ் இலக்கியத்திற்கு இன்றுள்ள பெரிய பலன்களில் ஒன்று இது. இந்திய பக்தி இலக்கியத்திற்கான மிகப்பெரிய உதாரணமே தமிழ் இலக்கியங்களில் இருப்பவைதான்"- என்பனவே அவரது இது குறித்த கருத்துக்களாக இருந்தன. (நேர்காணல்கள். பக்.214).

பேராசிரியரின் இந்தக் கூற்றைக் கூர்ந்து கவனித்தோமானால் இந்திய மனநிலையாக அவர் கருதுவது சைவ, வைணவ மனநிலை. அதாவது இந்து மனநிலையே என்பது விளங்கும். பவுத்த, சமணக் கருத்து நிலைகளை அவர் இந்திய

மனநிலையாகக் கருதவில்லை. அவதாரங்களின் நினைவுகளை ஏந்தும் கம்பனும், வில்லிப்புத்தூராருமே அவருக்கு இந்திய மனநிலையைப் பிரதிபலித்தவர்கள். இளங்கோ வேந்தன் அருளிக் கேட்ப வளங்கெழு கூலவணிகன் சாத்தனாராற் செய்யப்பட்ட மணிமேகலையும், கொங்குவேளிரால் பாடப்பட்ட தொடர்நிலைச் செய்யுளும் பேராசிரியரின் நினைவில் எடுத்துக்காட்டுகளாய் எழவில்லை; தவத்திறம் பூண்டு. அறவணரிடம் தருமம் கேட்டுப் 'பவத்திறம் அறுப்பேன்' என நோற்று பாரோர் பசிப்பிணி அகற்றித் திரிந்த அன்னை மணிமேகலையும் அவருரைத்த பவுத்த சீலங்களும் இந்திய மனநிலைக்கு எடுத்துக்காட்டுகளாக அவர் மனதில் எழவில்லை. இவை இல்லை எனில் வேறு எவைதான் இந்திய மனநிலை? அவதார நினைவுகள் மட்டுந்தானா?

பேராசிரியரின் விரிந்த ஆய்வுக் களத்தில் மணிமேகலைக்கும் இதர சமணக் காப்பியங்களுக்கும் இடமில்லாமற்போனது வெறும் விபத்தன்று, அவரிடம் வேரோடி நின்ற சைவ மனநிலையே அதற்குக் காரணம்.

சமண, பவுத்த, வைதீக மதங்களில் பக்திக்கு முக்கியமில்லை. முக்தி என்ற கருத்தாக்கம் வைதீகம், அவைதீகம் இரண்டிற்கும் பொதுவானதுதான் என்ற போதிலும் வேள்வி வேட்டல், சுயதர்மம் பேணுதல், பக்தி செய்தல் ஆகியவற்றின் மூலம் முக்தி அடைதலை வற்புறுத்தியது வைதீகம். மாறாக பஞ்சசீலம், எண் வழிப்பாதை என அறவாழ்க்கை மூலம் மட்டுமே முக்தி அடைதலைக் கூறியது அவைதீகம். வைதீகம் இறைமயப் படுத்தியதை *(theologise)*, அவைதீகம் அற மயப்படுத்தியது *(ethicise)*, திருக்குறள் முதலான அற இலக்கியங்களும். பசிப்பிணி அகற்றுதல். பல்லுயிரோம்புதல். சிறைக் கோட்டங்களை அறக் கோட்டங்களாக மாற்றுதல் எனச் செழித்தோங்கிய அறச்சூழலை அழித்தொழித்தது பக்தி இயக்கம். அறம் சார்ந்த வாழ்வைக் காட்டிலும் பிள்ளையை வெட்டிக் கறி சமைக்கிற, மனைவியைக் கூட்டி அனுப்புகிற கண்மூடித்தனமான பக்தியை வற்புறுத்திய இலக்கியங்களைத் தமிழின் பெருமையாகக் கருதுவது எங்ஙனம்?

பக்தி இயக்கம் வன்முறையாகப் பவுத்த, சமண மதங்களை அழித்தொழித்த உண்மையை அடக்கி வாசிப்பதையும் பேராசிரியரிடம் காண இயலும். இதுகுறித்த கேள்வி ஒன்றை கல்பனாதாசன் எழுப்பும்போது.

“பவுத்தமும் சமணமும் பொருள் முதல் வாதம் பேசிய மதங்கள் அல்ல. பவுத்தத்தையும் சமணத்தையும் அழித்ததாகச் சொல்கிறீர்கள். நாங்கள் அவற்றை உள்வாங்கிக் கொண்டோம். யாழ்ப்பாணத்தில் சைவ சாப்பாடு என்பது சமண உணவு. எங்களுக்கு மிகப்பெரிய இலக்கணங்களை எழுதியது சமணமும் பவுத்தமும்தான். (அவற்றை) எங்கே அழித்தோம்?” - எனப் பதிலுரைப்பார் பேராசிரியர். திருஞானசம்பந்தர் சமணர்களைக் கழுவில் ஏற்றிய வரலாற்றைப் பேட்டி எடுப்பவர் நினைவூட்டுகையில், ‘அது வரலாறல்ல. வேறு எங்கே இல்லை இத்தகைய சண்டைகள்’ என்கிற ரீதியில் பேசி நழுவுவார் பேராசிரியர் (நேர்காணல். பக்,180). எந்த மதமும் பொருள் முதல் வாதம் பேசியிருக்க முடியாது என்பதை நாம் தமிழ்ச் சூழலில் புரிந்துகொள்கிறோம். ஆனால் அதையே ஒரு நியதியாக ஏற்க இயலாது. நான் சற்று முன் குறிப்பிட்டது போல பவுத்த. சமண மதங்களில், குறிப்பாக பவுத்தத்தில் இறைவனை மய்யப்படுத்திய செயற்பாடுகள் குறைவு, பிக்கு என்பவர் மக்களுக்கு அறம் உரைப்பவர் மட்டுமே. பிராமணர் போல இறைவனுக்கும் மக்களுக்கும் இடைத்தரகர் அல்ல. இந்தக் கூறுகளின் விளைவாகவே பெரியார் போன்ற இறை மறுப்பாளர்களும். ராகுல்ஜி போன்ற மார்க்சியர்களும் பவுத்தத்தின் பால் ஈர்க்கப்பட்டனர். மறைந்த தமிழகத் தோழர் கே.டி.கே.தங்கமணி அவர்கள் தான் உயிருடன் இருந்த வரைக்கும் ஏதேனும் ஒரு இதழுக்குக் கட்டுரை எழுதச் சொன்னால் மணிமேகலை பற்றி மட்டுமே எழுதி வந்தார் என்பதும் இங்கே நினைவு கூரத்தக்கது.

“பவுத்தத்தையும் சமணத்தையும் நாங்கள் உள்வாங்கிக் கொண்டோம்” என்கிற பேராசிரியரின் கூற்று ஆர்.எஸ்.எஸ். (ராஷ்ட்ரிய சுயம்சேவக் சங்) அமைப்பின் முன்னுரிமைப் பணிகள் குறித்த அடல் பிகாரி வாஜ்பேயின் கட்டுரை ஒன்றை

எனக்கு நினைவூட்டுகிறது (பார்க்க : *'Sangh My soul', Organiser May 7, 1995'*. பா.ஜ.க.வின் இணையதளத்திலும் இக்கட்டுரையைக் காணலாம்). ஆர்.எஸ்.எஸ்ஸின் பணிகளாக வாஜ்பேயி கூறுவன:

1. இந்துக்களை அமைப்பாக்குவது *(organising)*

2. முஸ்லிம்களை உட்கொள்வது *(assimilation)*.

மாற்று மரபுகளை அவற்றின் அடையாளங்களை அழித்து உட்செரிக்கிற இந்துத்துவ மாண்பை விதைப்பதில் பேராசிரியர் வாஜ்பேயியுடன் இணைய நேர்கிற புள்ளி நம் கவலைக்குரிய ஒன்று.

சங்க இலக்கியங்கள் குறித்துப் பேராசிரியர் நிறைய எழுதியுள்ளார். மிக ஆழமான ஆய்வுகள் பலவற்றைச் செய்துள்ளார். யாதும் ஊரே யாவரும் கேளிர் என முழங்கிய சங்க இலக்கியத் தொகுப்பு குறிஞ்சி. முல்லை முதலான ஐவகை நிலங்கள். திணைகளை வற்புறுத்தியதன் மூலம் *(Contexual Sensitiveness)* பிரபஞ்சம் தழுவிய ஒரு விசாலித்த பார்வையை *(Universalism)* முழுமையாக வெளிப்படுத்த இயலாமற்போனதை ஏ.கே. ராமானுஜம் போன்றோர் சுட்டிக் காட்டுவதும் இங்கே சிந்திக்கத்தக்கது, மரபில், சூழலில் வேர் பாய்ச்சுதல் என்பது பிரபஞ்ச விசாலிப்பிற்குத் தடையாகவே அமையும்.

## 2. அறியப்பட்ட மார்க்சியத்தின் மீதான பேராசிரியரின் விமர்சனங்கள்

எண்பதுகளின் இறுதி தொடங்கித் தொண்ணூறுகளில் ஏற்பட்ட மாற்றங்கள் அறியப்பட்ட மார்க்சியத்தின் மீதும், மக்களால் தூக்கி எறியப்பட்ட சோசலிசக் கட்டுமானங்கள் குறித்தும் பல விரிவான விவாதங்களுக்கு வழிவகுத்தன. கட்சிகளுக்குள் இந்த விமர்சனங்கள் ஆழமாகவும் வெளிப்படையாகவும் மேற்கொள்ளப்படாதது ஒரு குறைதான் என்ற போதிலும் புதிய நூற்றாண்டின் தொடக்கத்தில் இடதுசாரிக் கட்சிகள் கருத்தியல் அளவிலும், நடைமுறைகளிலும் பாரிய மாற்றங்களுக்கு உள்ளாகியிருப்பதை யாரும் மறுத்துவிட இயலாது.

சோசலிசக் கட்டுமானத்தின் இலக்கிய வெளிப்பாடாகிய சோசலிச எதார்த்தவாத அணுகல் முறையைக் கைவிடுவதாகத் தமிழின் முக்கிய இடதுசாரி விமர்சகரான தொ.மு.சி. ரகுநாதன் அவர்கள் 1990களின் தொடக்கத்தில் அறிவித்தார். என்.சி.பி.எச். நூல் வெளியீட்டு நிறுவனம் நடத்திய கருத்தரங்கொன்றில் (திருநெல்வேலி. செப்டம்பர் 29, 30, 1990) அவர் சமர்ப்பித்த வழிகாட்டு உரையில் இதை அவர் அறிவித்தார். இதற்கும் முன்னதாகவே 1988இல் வெளிவந்த தனது நூலொன்றில்

சோசலிசக் கட்டுமானத்தின் கருத்தியல் அடிப்படைகளான பிரதிபலிப்புக் கொள்கை, அடித்தள- மேற்கட்டுமானக் கோட்பாடு ஆகியவற்றின் மீதான விமர்சனத்தைப் பேராசிரியர் சிவத்தம்பி (தமிழில் இலக்கிய வரலாறு. பக்:12-13,37) முன்வைத்தார். இத்தகைய விமர்சனங்களைக் கட்சி சாராத மார்க்சியர்கள் (எஸ்.வி. ராஜதுரை, ஞானி, நுக்மான் முதலானோர்) பல ஆண்டுகட்கு முன்பே வைத்து வந்த போதிலும் ரசியச் சார்பு மார்க்சியர்களான சிவத்தம்பியும் ரகுநாதனும் இதை வெளிப்படையாக அறிவிக்க நேர்ந்ததற்குப் பின்னணியாக இருந்தது கோர்பசேவின் 'பிரெஸ்தோரிகா' மற்றும் 'கிளாஸ்நாஸ்ட்' (1985-1991) செயற்பாடுகள்தான்.

1999 இறுதியில் அளித்த பேட்டி ஒன்றில் பேராசிரியர் அவர்கள்,

"சோசலிச எதார்த்த வாதத்தை நாம் பேசியிருக்கக்கூடாது என என் மனக்குறைகளை நான் கடந்த ஆறு வருட காலத்திற்கு மேலாகச் சொல்லி வந்திருக்கிறேன். நாங்கள் விமர்சன எதார்த்தவாதத்தைப் பேசியிருக்க வேண்டும்" (நேர்காணல்கள். பக்,23) எனக் கூறிய பேராசிரியர் தொடர்ந்து, "அதிலே பின்னோக்கிப் பார்க்கும்போது சில தவறுகள் ஏற்பட்டிருக்கிறது என்பதனை நாம் ஏற்றுக்கொள்கிறோம்" என்பார். அங்காவது புரட்சிக்குப் பிந்திய அரசைத் தக்க வைப்பதற்காக அப்படி எழுத நேரிட்டது. இங்கு சோசலிச எதார்த்தவாதத்தின் தேவை என்ன என்றும் ஒரு கேள்வியைப் பேராசிரியர் முன்வைப்பார், இதன்மூலம் சோவியத் நாட்டில் சோசலிச எதார்த்தவாதம் ஏற்றுக்கொள்ளப்பட்டது சரிதான் என்கிற முடிவுக்கு அவர் வருவதையும் அறிகிறோம். இங்கு இவ்வணுகல் முறை பாவிக்கப்பட்டதனால் விளைந்தது 'சிறு தவறுகளே' என்று அவர் கருதுவதையும் நாம் கவனிக்கவேண்டும். எனினும் காலம் தாழ்த்தியேனும் சோசலிச எதார்த்தவாதம் குறித்த ஒரு விமர்சனத்தை பேராசிரியர் அவர்கள் முன்வைக்க நேர்ந்தது வரவேற்புக்குரியதே,

சோசலிசக் கட்டுமானத்தின் மீது விமர்சனங்களை வைக்கும் மார்க்சியர்களைப் பலவாறாக நாம் அடையாளம் காணலாம்,

லெனின் வரைக்கும் எல்லாம் சரியாக இருந்ததென்போர்; ஸ்டாலின் வரைக்கும் சரியாக இருந்தது. குருஷ்சேவ்தான் கெடுத்தார் என்போர்; குருஷ்சேவ், பிரஷ்னேவ் எல்லாம் கூட சரிதான். கோர்பசேவ்தான் எல்லாவற்றையும் குட்டிச்சுவராக்கியது என்போர்......... இப்படி, சிவத்தம்பி இதில் இரண்டாம் வகையில் நிற்கிறார். அதாவது லெனின் வரை சரிதான்; ஸ்டாலினிடம்தான் பிரச்சினை துவங்குகிறது என்பதுதான்.

"ஸ்டாலினியத்தின் குறை லெனின் காலத்திய உள்கட்சி விவாதம் இல்லாமற்போனதே லெனின் போன்ற ஒரு ஜனநாயகவாதி. எல்லாக் கட்டங்களிலும் ஜனநாயகச் சூழலைப் பேணுகிற சிந்தனைத் திறமுள்ள தீட்சண்யமான ஒரு பார்வையுள்ள ஒரு தலைவர் இருக்கிறவரையில் பிரச்சினை இல்லை" (நேர்காணல்கள். பக்.250) என்பதே பேராசிரியரின் கருத்து என்பது தெளிவாகிறது. லெனின் காலம் தொடங்கி ரசியாவில் மேற்கொள்ளப்பட்ட சோசலிசக் கட்டுமானமுறை மீதே விமர்சனங்கள் உண்டு. சென்ற நூற்றாண்டின் முக்கிய மார்க்சியச் சிந்தனையாளர்களின் ஒருவரான மாசேதுங் இது குறித்து வைத்துள்ள விமர்சனங்கள் புகழ்பெற்றவை. சிவத்தம்பியின் மார்க்சியத்தில் மாவோவுக்கு இடமில்லை என்பது குறிப்பிடத்தக்கது. மாவோ குறித்த பிரக்ஞை அவரிடம் இருந்ததற்கான அடையாளமே அவரது எழுத்தில் எங்கும் கிடையாது.

நிற்க. சோவியத் கட்டுமானத்தில் உள்ள பிரச்சினைகள் குறித்து நான் மிக விரிவாக எழுதியுள்ளேன் (பார்க்க: 'மார்க்ஸியத்தின் பெயரால்.' விடியல் பதிப்பகம். 1995). இங்கு அதனை மீண்டும் விரித்து. எழுதுவது தேவையில்லை. தனிச் சொத்துக்களை ஒழித்தல். பாட்டாளி வர்க்கக் கட்சியை ஆட்சி பீடத்தில் ஏற்றுதல். இந்த இரண்டு அம்சங்களே சோசலிசக் கட்டுமானத்திற்குப் போதுமானவை என்று லெனினிய - போல்ஷ்விசம் கருதியது. மற்றபடி அரசு வடிவம், நீதி வழங்கு முறை, சட்ட ஒழுங்கு நிலைநாட்டல், கல்வி, மருத்துவம் குறித்த

நடைமுறைகள், தொழில்நுட்பம் ஆகியவற்றில் முதலாளித்துவ நடைமுறைகளைப் பின்பற்றுவதில் தவறில்லை என்கிற கருத்தை அது கொண்டிருந்தது. பாட்டாளி வர்க்க சர்வாதிகாரம் என்கிற கருத்து. முதலாளியச் சனநாயகமும் கூட மக்களுக்கு மறுக்கப்படுவதற்கு ஏதுவானது. சுருக்கமாகச் சொல்வதானால் உள்ளடக்கம் (தனிச் சொத்தின்மை. பாட்டாளி வர்க்க ஆட்சி) மாறினால் போதும் வடிவங்கள் அப்படியே இருக்கலாம் என்பதே லெனினிய சோசலிக் கட்டுமானக் கொள்கை. இதன் இலக்கிய வெளிப்பாடே சோசலிச எதார்த்தவாதம் (சோசலிசம் என்கிற உள்ளடக்கம் + எதார்த்தவாதம் என்கிற முதலாளிய வடிவம்). "சோவியத் + மின்சாரம் = சோசலிசம்" என்கிற எளிய சூத்திரங்களை எல்லாம் லெனின் பயன்படுத்தினார்.

லெனின் காலத்தில் உட்கட்சி விவாதத்திற்கு முழுமையாக இடமிருந்தது எனப் பேராசிரியர் சொல்வதை நாம் ஏற்க முடியாது. தொழிற்சாலைகளை லாபகரமாக நடத்துவதற்கு அவற்றின் நிர்வாகங்களை மீண்டும் முதலாளிகளின் கையிலேயே கொடுத்துவிடலாம் என்கிற முடிவும் லெனின் காலத்திலேயே எடுக்கப்பட்டது. இதனை எதிர்த்து 'தொழிற்சாலை கவுன்சில்' என்கிற கருத்தை முன்வைத்த ஓசின்ஸ்கி போன்றோர் லெனினாலேயே ஓரங்கப்பட்டனர். படிப்படியாகப் பெரும்பான்மையின் அடிப்படையில் முடிவெடுப்பது என்கிற நடைமுறையும் முடிவுக்கு வந்தது. இதன் உச்சகட்டமாக ஸ்டாலினியம் அமைந்தது.

மார்க்ஸ் முன்வைத்த 'பண்ட மாயை' என்பதற்கொத்த 'சொத்து மாயைக்கு" *(Property Fetishism)* போல்ஷ்விசம் பலியாகியது, அதாவது தனிச் சொத்து ஒழிந்தால் எல்லாம் சரியாகிவிடும் என்கிற நம்பிக்கை, அரசு உதிர்வதற்குப் பதிலாக அரசு வலுப்பெற்ற சமூகமாக *(statist Society)* சோவியத் சமூகம் மாறியது, இந்தியா போன்ற நாடுகளிலுள்ள 'ஹேபியஸ் கார்பஸ்' உரிமை கூட சோவியத் மக்களுக்கு இருந்ததில்லை என்பதை நாம் மறந்துவிடக்கூடாது. அரசியல் ரீதியாக ரசிய மார்க்சியத்தின் எல்லைகளைத் தாண்ட இயலாத சிவத்தம்பி

அவர்களின் பார்வையில் இத்தகைய சிந்தனைகளுக்கு இடமில்லை என்பதால், சோவியத் சமூகத்தின் சிக்கல் வெறுமனே ரொட்டிக்குக் 'கியூ' நிற்கும் பிரச்சினையாக மட்டுமே அவருக்குப் பட்டது.

"இவற்றினூடாக (அங்கு) ஒரு சமத்துவம் இருந்தது. *Social democracy* இருந்தது. பெண்கள் சமத்துவம் போற்றப்பட்டது. உழைப்பாளிக்கு உண்மையான சமூக கவுரவம் இருந்தது."- என்பன பேராசிரியரின் கருத்தாக வெளிப்பட்டது (நேர்காணல்கள். பக்,258) - என்கிற பேராசிரியரின் கூற்றில் ஒவ்வொரு அம்சத்தையும் மறுக்க வேண்டியவர்களாக இருக்கிறோம். அய்யா! அங்கே சமத்துவம் இருக்கவில்லை. சமூக ஜனநாயகம் இருக்கவில்லை. பெண்கள் சமத்துவம் போற்றப்படவில்லை. உழைப்பாளிகளுக்கு உண்மையான சமூக கவுரவம் இருக்கவில்லை. அதிகாரமனைத்தும் கட்சி அதிகார வர்க்கத்திடமே குவிந்திருந்தன. அதன் விளைவாகவே மக்களாலேயே அவ்வரசுகள் தூக்கி எறியப்பட நேர்ந்தது. எனவே, சோசலிசக் கட்டுமானத்தின் அடிப்படைகளையே நாம் விமர்சிக்க வேண்டியவர்களாக இருக்கிறோம். ஜனநாயகம் குறித்த ஆழமான விவாதங்களே இன்றைய தேவை. அவற்றை விட்டுவிட்டு சோசலிசத்தைக் கையாண்டதில் *(manage)* நேர்ந்த சிறு தவறுகளாகப் பிரச்சினைகளைப் பார்த்துவிட இயலாது என்பதுதான் நான் இங்கே சொல்ல வருவது.

சீன, சோவியத் முரண்பாடு அடிப்படையில் சோசலிசக் கட்டுமானம் குறித்த இரு போக்குகளுக்கிடையே ஏற்பட்ட ஒன்று. பெத்தலஹேம, பால் ஸ்வீஸி, சாமிர் அமின் முதலான இன்றைய மார்க்சியர்கள் இதுகுறித்து விரிவாக எழுதியுள்ளனர். சோவியத் பொருளாதாரம் குறித்த மாவோவின் விமர்சனத்தையும் இதுதொடர்பான 'மாபெரும் விவாதத்தையும்' அப்படியே ஒதுக்கிப் போட்டுவிட்டு, "அது (சீன-சோவியத் முரண்) உண்மையில் அரசுகளில் முரண்பாடு; அது மார்க்சீயத்தின் முரண்பாடென்று நான் எடுக்கமாட்டேன்" (நேர்காணல்கள். பக்,259) எனப் புறந்தள்ளுவதற்குப் பேராசிரியர் துணிவதென்பது

சோசலிசக் கட்டுமானம் குறித்த அவரது ரசியப் புரிதலின் விளைவே.

சோசலிச நாடுகளில் அதிகாரங்கள் உருவானவை குறித்த மனந்திறந்த விமர்சனங்களின் விளைவாகவே இன்றைய நவீன சிந்தனைகள் உருப்பெற்றுள்ளன. இவை குறித்த ஒரு மூடிய பார்வையுடன் மார்க்சிய வாசிப்பில் சுய விமர்சனத்தின் இடம் குறித்தும், பரந்துபட்ட மார்க்சிய வாசிப்பு குறித்தும் பேராசிரியர் பேசும்போதும் (நேர்காணல். பக்,270). "மார்க்சியம் என்பது மேலே மேலே பாயும் நதி, அது பின்னோக்கிப் பாய்வதில்லை" என்று அவர் முழக்கமிடும் போதும் அவை வெற்றுப் பிரகடனங்களாகவே நம் காதில் ஒலிக்கின்றன என நாம் சொல்லித்தான் ஆகவேண்டி உள்ளது.

## 3. மார்க்சியத்திற்குப் பிந்திய சிந்தனைகளும் பேராசிரியரும்

தமிழ்ச் சூழலில் அமைப்பியல், பின் அமைப்பியல், பின் நவீனத்துவம் தொடர்பான நூல்களெல்லாம் 1980கள் தொடங்கி வர ஆரம்பித்தன. இவை ஏற்படுத்திய சிந்தனை உசாவல்களும், விவாதங்களும் குறிப்பிடத்தக்கவை. இலக்கியவாதிகள், சிறு பத்திரிகைகள் என்கிற மட்டங்களைத் தாண்டி அரசியல் இயக்கங்களும்கூட இப்புதிய சிந்தனைகள் மற்றும் ஆய்வு முறைகள் பற்றி மாற்றுக் கருத்தை முன்வைக்கும் சூழலும் இங்கிருந்தது. 1970, 80-களில் இங்கு எல்லோரையும் கவர்ந்திருந்த மரபு வழிப்பட்ட மார்க்சிய அணுகல்முறை சற்றே பின்னடைவுக்குள்ளாகி 'வித்தியாசம்', 'பெருங்கதையாடல்களில் சிதைவு'. 'கட்டவிழ்ப்பு' முதலான கருத்தாக்கங்கள் மேலுக்கு வந்தன. இளைஞர்கள் மத்தியில் மிகுந்த ஆர்வத்தை ஏற்படுத்திய இச்சிந்தனைகள் ஏற்கெனவே தம்மை நிறுவியிருந்த அறிவு ஜீவிகள் மத்தியில் சற்றே அச்சத்தையும் ஏற்படுத்தின.

இக்காலகட்டத்தில் மிகத் தீவிரமாகத் தமிழ் ஆய்வுக் களத்திலும் கல்விக் களத்திலும் சர்வதேச அளவில் புகழுடன் இயங்கி வந்த பேராசிரியர் சிவத்தம்பி 1999 இறுதிவரை இச்சிந்தனைகள் குறித்து ஒரு இறுக்கமான மவுனத்தையே கடைப்பிடித்து வந்தார். இப்புதிய சிந்தனைகள், விவாதங்கள் குறித்த உங்களுடைய

கருத்துதான் என்ன? என்கிற கேள்வி ஈழச் சூழலில் இளைஞர்கள் மத்தியில் உருவானபோது வேறு வழியின்றி 1999 இறுதியில் பின் நவீனத்துவம் முதலான சிந்தனைகளின் மீது பேராசிரியர் தன் கருத்துகளைச் சொல்லத் தொடங்கினார் (பார்க்க: 'நேர்காணல்கள்' மற்றும் 'நவீனத்துவம் தமிழ் பின் நவீனத்துவம்'. மக்கள் வெளியீடு. 2001). 1997ல் 'தமிழில் பின்நவீனத்துவம் பற்றிப் பேசப்படுவதற்கு முன்' என்றொரு கட்டுரையைத் 'தழல்' இதழில் அவர் எழுதியுள்ள போதிலும் அதில் பின்நவீனத்துவம் பற்றி ஏதும் பேசப்படவில்லை; தமிழில் நவீனத்துவம் வந்துவிட்டதா என்பது குறித்த ஒரு உசாவலாகவே அக்கட்டுரை அமைந்தது.

முற்போக்கு எழுத்தாளர் சங்கக் கூட்டமொன்றில் (கோவை. மே 1999) பின் நவீனத்துவம் மற்றும் பின் அமைப்பியல்வாதம் ஆகியன குறித்துப் பேசக்கூடாது எனத் தான் தடுக்கப்பட்டது குறித்துப் பேராசிரியர் நினைவு கூறுமிடத்து,

"மார்க்சியவாதிகளான நண்பர்கள், தோழர்கள் பலர் அமைப்பியல்வாதம், பின் அமைப்பியல்வாதம், பின் நவீனத்துவம் ஆகியன பற்றிப் பேசுவதே பாவச் செயல் எனக் கருதுகிறார்கள். இது ஒரு தவறான அணுகுமுறை. இது மார்க்சியத்தை மதவெறியாக்கும் மடமை" - எனச் சிவத்தம்பி குறிப்பிட்டார். 'நவீனத்துவம், தமிழ் பின் நவீனத்துவம்' என்கிற தலைப்பிட்ட ஒரு நூலின் முன்னுரையில் (பக், 15), அவர் இவ்வாறு குறிப்பிடும்போது நாம் சற்றே நிமிர்ந்து உட்காருகிறோம். ஆர்வமுடன் நூலைப் புரட்டுகிறோம். ஆனால் இந்நூலிலுள்ள கட்டுரையையும், 'நேர்காணல்கள்' தொகுப்பில் உள்ள இது தொடர்பான அவரது கருத்துக்களையும் படித்து முடிக்கும்போது நமக்குப் பெரும் ஏமாற்றமும் சலிப்பும்தான் எஞ்சுகிறது. இந்தக் கருத்துகளைக் கண்டு எதற்காக முற்போக்கு எழுத்தாளர் சங்கத்தினர் அஞ்சினர் என்கிற வியப்பும் இன்னொரு பக்கம் மேலெழுகிறது,

"பின் நவீனத்துவத்தைப் புறங்காண்பதற்கான வழி அதன் இயல்புக்கான காரணத்தை அறிவதுதான்" - என்கிற கூற்றிலிருந்து (நவீனத்துவம், பக். 178), மார்க்சியத்திற்குப் பிந்திய

சிந்தனைகளைப் 'புறங்காணப்பட வேண்டிய' வைகளாகவே கருதிக் கவச குண்டலங்களுடன் அவர் களமிறங்கிவிட்டது நமக்கு விளங்குகிறது. பின் நவீனத்துவம் மற்றும் பின் அமைப்பியல்வாதம் தொடர்பாகவும் இச்சிந்தனைகளுக்கெதிராகவும் பேராசிரியர் முன்வைக்கும் வாதங்களைக் கீழ்க்கண்டவாறு தொகுத்துக் கொள்ளலாம்:

★ *பின் நவீனத்துவம் என்பது இப்போது மேற்குலகச் சிந்தனை மரபில் வந்துள்ள ஓர் எண்ணக் கரு. 1970ல் பிந்திய மேநாட்டு அய்ரோப்பிய அமெரிக்கப் பண்பாட்டையும் பண்பாட்டு நடவடிக்கைகளையும் குறிப்பிடுவதற்குப் பயன்படும் தொடர். பின் அமைப்பியல் வாதத்துக்குச் சமாந்திரமாக அமையும் கலை பண்பாட்டு நிலையைக் குறிக்க இத்தொடர் பயன்படும். (நவீனத்துவம்: பக்.160)*

★ *பின் நவீனத்துவம் காலையின் சொல் நெறிகள் பற்றியது........ பின் நவீனத்துவம் ஒரு சிந்தனைச் சொல் நெறியாகும்: (நவீனத்துவம்... பக்.179)*

★ *பின் நவீனத்துவம் வந்துவிட்ட நாடுகள் அனைத்தும் மேற்குலக நிலைப்பட்டவையே. உலகின் பெரும்பாலான நாடுகளிலும் நவீனத்தன்மை முற்று முதலாகத் தனது ஓட்டத்தை முடித்துக்கொண்டுவிட்டது என்று சொல்ல முடியாது. (நவீனத்துவம் ........... பக். 213)*

★ *பின் நவீனத்துவம் என்பது முற்று முழுதான ஒரு எதிர்மறை வாதமே. அது நவீனத்துவத்தின் சொல்நெறிகளையும், ஈட்டங்களையும் மறுதலிக்கிறதே தவிர இந்த எதிர்ப்பு நிலைக்குப் பின் மேற்கொள்ளப்பட வேண்டிய செயற்பாட்டு முறைமை யாது என்பதை அது வற்புறுத்தவில்லை. (நேர்காணல்கள் 204).*

★ *அது சுட்டும் அரசின் அதிகாரங்களை முற்று முழுதாக ஒழித்துவிடக்கூடியதா என்பதைப் பற்றிய தெளிவு அதற்கு இல்லை... அது குறிப்பிடும் நுண் அரசியல் அதிகாரங்களை ஓரங்களில் கடிப்பதாக இருக்குமேயொழிய அழிப்பதாக அது இராது. (நவீனத்துவம்..... பக்,204),*

★ உண்மை பற்றிய மறுதலிப்பு பின் நிற்கும் முதலாளித்துவத்தைப் பார்க்க மறுத்துவிடுகிறது. (நவீனத்துவம் பக். 204, 205)

★ இது பகுத்தாய்வு நோக்கினை எதிர்க்கிறது......... அறிவியலையே எதிர்க்கிறது, (நவீனத்துவம். பக். 204. 205)

★ மறுதலிப்பு முகத்தைக் காட்டுகிறதே ஒழிய மேலே சென்று அவற்றைக் களைவதற்கான வழிமுறைகள் பற்றிய சிந்தனைக்கு நம்மை இட்டுச் செல்வதில்லை.

★ "பின் நவீனத்துவத்தில் எனக்குள்ள சிக்கல் இதுதான், என்னவென்று சொன்னால் *it doesn't end there. differentiation is there; Difference* க்கு (வித்தியாசத்திற்கு) - அப்பால் என்ன? *so what?* அதற்கு அப்பாலே எங்கே போகிறோம்?

பேராசிரியரின் மேற்குறித்த கருத்துகள் யாவும் கடந்த பத்தாண்டுகளாகப் பின்நவீனச் சிந்தனைகளை எதிர்த்த கட்சிக்காரர்களும். மற்றவர்களும் முன்வைத்தவையே. வேறு வார்த்தைகளில் சொல்வதானால் பேராசிரியரின் வாதங்கள் யமுனா ராஜேந்திரனின் 'ரேஞ்சை' தாண்டாதவை. இது ஒரு மேலைத் தத்துவம். இங்கே இது பொருந்தாது. எல்லாவற்றையும் விமர்சிக்குமே ஒழிய தீர்வைச் சொல்லாது. உண்மை / பகுப்பாய்வு ஆகியவற்றை மறுதலிப்பது என்பதற்கு அப்பால் பேராசிரியர் வேறேதும் சொல்லவில்லை என்பதை நாம் கவனிக்க வேண்டும். இத்தகைய கேள்விகளுக்குப் பலமுறை பதில்கள் சொல்லியாயிற்று. அவற்றையும் பேராசிரியர் கணக்கில் எடுத்துக்கொண்டு, அவற்றில் போதாமை என எதையாவது அடையாளம் கண்டு அதைச் சுட்டிக் காட்டி இருந்தால் விவாதத்தை மேற்கொண்டு செல்ல நமக்கு ஏதுவாக இருந்திருக்கும். துரதிர்ஷ்டவசமாகப் பேராசிரியர் அதற்கு வாய்ப்பளிக்கவில்லை,

பேராசிரியர் மேற்கோள் காட்டும் நூற்களில் ல்யோதார்த்தின் நூலொன்றைத் தவிர பிற அனைத்தும் இரண்டாம் நிலை நூற்கள் (நவீனத்துவம். பக், 210). தெரிதா. பூக்கோ. பாத்ரிலா, ல்யோதார்தின் பிற நூற்கள் ஆகியவற்றைப் பேராசிரியர்

கவனத்தில் கொண்டதற்குச் சான்றில்லை. 'போஸ்ட் மார்டனிச ரீடர்'களையும் பின் நவீனத்தை எதிர்த்து எழுதிய டெர்ரி ஈகிள்டனின் அத்தனை முக்கியமற்ற ஒரு நூலையும் மட்டும் வைத்துக்கொண்டு புதிய சிந்தனைகளைப் 'புறங்காண' முயற்சித்தால் நியாயமாக இராது என்பதை நாம் பேராசிரியருக்கு விளக்கிச் சொல்ல வேண்டியதில்லை. (டெர்ரி ஈகிள்டனின் நூலைப் படித்தவுடன் தனக்கு ஏற்பட்ட இன்பச் சிலிர்ப்பைப் பேராசிரியர் ஒரு குழந்தை போல அவர் வெளிப்படுத்துவதைக் காண்க: நேர்காணல்கள். பக்.267).

பின்நவீன நிலைச் சிந்தனைகளுக்கு மேற்குலக முத்திரை குத்துகிறார் பேராசிரியர். உலகம் ஒரு கிராமமாகச் சுருங்கிவிட்ட ஒரு சூழலில் இந்த விவாதம் எந்த அளவிற்குப் பொருத்தமாக இருக்கும்? மார்க்சியம். தேசியம் இவைகளெல்லாம் மேற்குலகச் சிந்தனைகள் இல்லையா? ஏகப்பட்ட பல்கலைக் கழகங்களில் பாடத்திட்டங்களை உருவாக்கும் பொறுப்பிலுள்ள பேராசிரியர் தனது கல்விசார் செயற்பாடுகளில் மேற்குலகப் பங்களிப்புகளைப் பின்பற்றுவதில்லையா? நாவல், சிறுகதை, பதிப்பு நுணுக்கங்கள், ஒப்பியலாய்வு இவை எல்லாம் மேற்குலகிலிருந்து இங்கே வரவில்லையா? உங்கள் முனைவர் பட்ட ஆய்விற்கு நீங்கள் பேராசிரியர் ஜார்ஜ் தாம்ஸனை நாடிச் செல்லவில்லையா?

ஜனநாயகம். மனித உரிமைகள். கருத்துச் சுதந்திரம். பண்பாட்டுப் பன்மைத்துவம். அறிதல் முறைகள் ஆகிய சமகாலப் பிரச்சினைகள் நுணுக்கமான தத்துவார்த்த தளத்தில் விவாதிக்கப்பட வேண்டியவை. இந்தியத் தத்துவ மரபோ நவீனத்துவத்தையே எட்டாத ஒன்று, ஆதி சங்கரனுடனும் சைவ சித்தாந்தத்துடனும் தேங்கிப்போனவர்கள் நாம். 'விமர்சன எதார்த்தவாதம் பேசியிருக்க வேண்டும்' என இன்று நீங்கள் புலம்புகிறீர்கள். கான்ட்டையும், ஹூஸ்ஸரலையும். ஹெய்டெகரையும் பயிலாமல் இதை நாம் எப்படிச் செய்திருக்க முடியும்? ஹெகலையும். மார்க்சையும் கூடத்தான் இங்கே நாம் ஒழுங்காகப் பயின்றோமா? இத்தகைய ஆழ்ந்த படிப்புகளின்றி எளிய சூத்திரங்களை வழங்கியது என்பதால்தானே நாம்

சோசலிச எதார்த்தவாதத்தில் திருப்திப்பட்டோம்? சமீப காலம்வரை இதற்கு மேல் நாம் சிந்தித்ததே இல்லையே.

'நவீனத்துவமே தனது ஓட்டத்தை முடித்துக்கொள்ளாத நாடுகளில்' பின் நவீனத்துவத்தின் தேவை என்ன என்று கேட்கிறார் பேராசிரியர். முதல் தொடக்கம் மட்டுமே முந்தையதின் ஓட்டம் முடிந்தபின் தொடங்குகிறது, அடுத்தடுத்த தொடக்கங்கள் அப்படிக் காத்திருப்பதில்லை, 'அலோபதி' மருத்துவ முறை முதலாளியக் கட்டத்தின் வெளிப்பாடு என்கிறோம், 'அலோபதி' அறிமுகப்படுத்தப்பட்ட நாடுகளில் எல்லாம் முதலாக வளர்ச்சியடைந்த பின்புதான் அது நிகழ்ந்ததா? உலகப் பொதுவான தொழில் நுட்பங்கள். இசை வடிவங்கள். திரைப்படங்கள் உருவாகிக்கொண்டிருக்கும் ஒரு காலச் சூழலில் 'இங்கு பொருந்தாது' என்பது என்ன நியாயம்? இன்றைய தத்துவார்த்தப் பிரச்சினைகளை எல்லாம் சைவ சித்தாந்தத்தில் நின்று தீர்த்துவிட இயலும் எனச் சொல்லுகிறீர்களா அய்யா?

"வித்தியாசம் / வேறுபாடு என்பதும் மற்றது என்பதும் பண்பாடுகளின் பன்முகப்பாட்டை வற்புறுத்தின. இதுவரையிலான பேரெடுத்துரைப்புகளின் முழுமை நோக்கினுள் ஒதுக்கப்பட்ட மற்றதுகளும் வித்தியாசங்களும் முக்கியப்படுத்தப்பட்டன. பெண் நிலை வாதம் இந்த நோக்கினால் முனைப்புப் பெற்றது. சமூகங்களில் கவனிக்கப்படாதிருந்த குழுமங்கள் முக்கியப்படுத்தப்பட்டன" (நவீனத்துவம். பக்.203)

எனப் பின் நவீன நிலைச் சிந்தனைகளின் சாதனைகளை நீங்கள் பட்டியலிடுகிறீர்கள். நன்றியும், மகிழ்ச்சியும் ஐயா. இப்படி இதுகாறும் புறக்கணிக்கப்பட்ட மற்றதுகளை இனங்காணவும் உரிய முக்கியத்துவம் அளிக்கவும் நவீனத்துவம் தன் ஓட்டத்தை முடிக்கும் வரை நாம் காத்திருக்க வேண்டுமா?

"வித்தியாசம். வித்தியாசம் என்றால் அதன் முடிவுதான் என்ன?" என்றொரு கேள்வியை எல்லோரையும் போல நீங்களும் எழுப்புகிறீர்கள். ஆமாம். அதற்கு முடிவே இல்லை. முடிவு வந்துவிட்டதாக எப்போது நினைக்கிறோமோ அப்போது ஜனநாயகமே முடிவுக்கு வந்து விடுகிறது என்பதுதான்.

*அதிகாரம் நிலைநாட்டப்படுகிறது, முதலாளி X தொழிலாளி என்பதோடு வித்தியாசங்கள் முடிந்துவிட்டதாகக் கருதியதுதான் சோசலிசக் கட்டுமானங்கள் இறுகியதற்குக் காரணம். இன வேறுபாடுகளும், பாலியல் வேறுபாடுகளும், சாதி வேறுபாடுகளும் புறக்கணிக்கப்படுவதற்கு அது ஏதுவாகியது. பாலியல் வேறுபாடுகள் என்றால் அது ஆண் x பெண் என்பதோடு முடிவதில்லை. மூன்றாவது பால், நான்காவது பால் என்றெல்லாம் பார்க்க வேண்டியிருக்கிறது. எல்லாவற்றிற்குள்ளும் சிறுபான்மையினரின் நலனை நாம் பேச வேண்டியிருக்கிறது, மதச் சிறுபான்மையினரைப் போல. பாலியல் சிறுபான்மையினர்... இப்படி. சாதி வித்தியாசங்கள் தலித்களோடு முடிவதில்லை. தலித்துகளுக்குள்ளும் தலித் பெண்ணியம் பேச வேண்டியிருக்கிறது. அருந்ததியருக்குத் தனி இட ஒதுக்கீடு கோர வேண்டியிருக்கிறது.*

*வித்தியாசங்களால் ஆனது இவ்வுலகம். வித்தியாசங்களுக்கு முடிவேது?*

*பின் நவீனச் சிந்தனைகள் வற்புறுத்தும் பன்முகப் பார்வைகளைப் பற்றிச் சொல்ல வரும்போது நீங்கள், "(ஒவ்வொன்றும் ஒவ்வொரு திசைகளின்பால்) சிக்கிப் போய்விடாமல், அதற்குள் போக முடியாதவைகளாக மாறிவிடாமல் எங்கோ ஒரு இடத்தில் சந்திக்கிற புள்ளி ஆக இருக்க வேண்டும். போஸ்ட் மாடர்னிசத்தில் நான் காணுவது அதுதான்" எனக் கூறுகிறீர்கள் (பேராசிரியரின் நேர்காணல்கள். பக்.267).*

*ஆக எல்லாம் சந்திக்கிற ஒரு புள்ளி, முடிவு, இறுதி நிலை ஒன்று இருந்தாக வேண்டும். ஆதியில் குழப்பம் இருந்தபோதிலும் இறுதியில் ஒழுங்கு அமைய வேண்டும். அப்படித்தானே. அந்த இறுதிப் புள்ளி என்ன? முக்தியா, இறைமையா? மறுமையா?*

*எல்லாம் சந்திக்கிற புள்ளியைத் தேடும் இந்த 'Reconcilation' (சமரசப்படுத்தல்) மனோபாவம் ஜனநாயக விரோதமானது; கருத்து வேறுபாடுகள் சமரசமாவதென்பது ஏதோ ஒரு கருத்தை மற்றதன் மீது திணிப்பதாகவே ஆகும். சில அம்சங்களின்*

கருத்தொருமிப்பு *(conseses)* தேவை என்பது உண்மைதான். ஆனால் அப்படியான ஒருமிப்பு கருத்து வேறுபாடுகளை *(dissention)* உள்ளடக்கியதாகவே இருக்க முடியும். கருத்து வேறுபாடுகளை அழித்தொழிப்பதாக அது இருக்கக்கூடாது. கருத்து வேறுபாடுகளுக்கு இடையேயான போராட்டங்கள் தொடர்ந்து கொண்டே இருக்கும். அதே நேரத்தில் இணைந்து செயல்பட வேண்டியவற்றிற்கும் முழு இடம் இருக்கும். ஜனநாயகமும். பன்மைத்துவமும் முற்றுப் பெறுகிற விடயங்கள் அல்ல; அவை கையளிக்கப்படக் கூடியனவோ, வந்து முடிவனவோ அல்ல. அதன் வருகை எப்போதும் நிகழ்வதுமில்லை. ஒரு தேவதூதனின் வருகைக்காகக் காத்திருப்பதைப் போல நாம் அதற்காகக் காத்திருக்க வேண்டும்; போராடிக் கொண்டிருக்க வேண்டும்,

ஜனநாயகத்திற்கான போராட்டங்கள் எந்நாளும், எந்நிலையிலும் முற்றுப்பெறுவதில்லை.

பின் நவீனம் வற்புறுத்தும் ஒரு முக்கியமான அம்சம் *-incommensurality-* தொகுப்பின்மை, தொகுப்பின் சாத்தியமின்மை; எல்லாவற்றையும் தொகுத்துச் சுருக்கிவிடுதல் இயலாது, அவ்வவ்வற்றிற்கான இடங்கள் அவ்வவ்வற்றிற்கு அளிக்கப்பட்டே ஆதல் வேண்டும்,

பல்வேறு மேலைநாட்டுச் சிந்தனையாளர்களை எல்லாம் மேற்கோள் காட்டும் பேராசிரியரின் பட்டியலில் இடம் பெறாத இரு முக்கிய பெயர்கள்: பால் ஃபெய்ரா பாண்ட், தாமஸ் குன் ஆகியோர்தான். பெரும் ஆய்வறிஞரான சிவத்தம்பி அவர்கள் ஆய்வு முறையியல் குறித்த முக்கிய சிந்தனைகளை வழங்கிய இவ்விருவரை நமக்கு அறிமுகப்படுத்தாமற் போனது வியப்பு. சென்ற நூற்றாண்டில் மிக அதிகமாக மேற்கோள் காட்டப்பட்ட நூற்களில் ஒன்று தாமஸ்குன்னுடைய விஞ்ஞான ஆய்வுச் சட்டங்கள் *(scientific paradigm)* தொடர்பானது என்பர், அறிதல் முறைகளை இரண்டாகப் பகுத்தார் பெய்ராபாண்ட், *1)* சட்டம் ஒழுங்கு அறிதல் முறை *(Law & Order method) 2)* ஒழுங்கவிழ்ப்பு அறிதல் முறை *(anarchist method ).* முந்திய கருத்தமைவுகளுடன்

இணைந்து போவது சட்ட ஒழுங்கு அறிதல், முன்னதை மறுத்து எழுதுவது *(counter inductive approach)* ஒழுங்கவிழ்ப்பு அறிதல். எல்லா அறிவியற் கண்டுபிடிப்புகளும் முன்னதை மறுத்தே எழுந்துள்ளன என நிறுவுவார் பெய்ராபாண்ட். ஒரு அறிதல் சட்டத்திற்கும் *(paradigm)*, புதிய அறிதல் சட்டத்திற்கும் இடையேயான தொகுப்புச் சாத்தியமில்லாமையை தாமஸ் குன்னிடமிருந்து நாம் பெறுகிறோம்,

ஆனால் முன்னதான சட்டங்களுடன் தொகுப்புச் சாத்தியமுடையவற்றை மட்டுமே ஏற்றுக்கொள்பவராகவே நமது பேராசிரியர் உள்ளார். அவர் மரபில் ஆழ வேர் பாய்ச்சியவர். அவர் பின் எப்படி இருக்க முடியும்? மார்க்சியத்தையும் தமிழ் மரபையும் தொகுத்துச் சாமர்த்தியம் பண்ணியதாலேயே அவர் இருதரப்பினராலும் போற்றப்படுபராக உள்ளார் என்பதையும் நாம் இங்கே நினைவு கூர்தல் அவசியம்,

"நான் அண்மையில் பின் நவீனத்துவத்தைப் பற்றி ஒரு நீண்ட கட்டுரை எழுதியுள்ளேன், அதில் நான் பின் நவீனத்துவத்தை மார்க்சியக் கண்ணோட்டத்தில்தான் பார்த்தேன், ஆனால் அதற்காக நான் பின்நவீனத்துவம் ஒன்று இல்லை என்று சொல்லமாட்டேன், அது முட்டாள்தனம்". இது பேராசிரியரின் கருத்து (நேர்காணல்கள். பக்,287).

பேராசிரியர் அவர்கள் கூறும்போது பின்நவீனத்துவத்தை ஏற்றுக் கொண்டதற்காக நாம் அவருக்கு நன்றி பாராட்டியபோதும் மகிழ்ச்சி கொள்ள முடியாது, மார்க்சியத்தையும் பின்நவீனத் துவத்தையும் சமரசம் *(reconcile)* பண்ணுகிற முயற்சியாகவே அது அமைகிறது, ஒரு சட்டகத்தை வைத்து இன்னொரு சட்டகத்தை அளக்கும் முயற்சி இது. இதன் விளைவே பின் நவீனம் குறித்த அவரது விமர்சனங்கள் அனைத்தும் அதைப் புறங்காணுதலைப் பற்றியதாகவே அமைவது. இப்படிப் பேசியவர்தான் இன்று இந்த *reconcilation* முயற்சியில் இறங்குகிறார் என்பதையும் நாம் கவனிக்க வேண்டும், ஏதேனும் ஒன்றைப் புறங்காணும் முயற்சியாகவே அவரது *reconcilation* களும் அமைந்து விடுகின்றன.

இரு சட்டங்களும் வேறு வேறு என்பதோடு சரி, இவற்றில் எது சரி எனச் சொல்ல இயலாது, மார்க்சியம் எழுப்புகிற பிரச்சினைகள் முக்கியமானவையே, அவற்றிற்கும் பின் நவீனம் பதிலளிக்க இயலாது. பின் நவீனம் எழுப்புகிற பிரச்சினைகள் இதிலிருந்து முற்றிலும் வேறுபட்டவை. மார்க்சியம் எழுப்புகிற பிரச்சினைகளைப் போலவே இவையும் முக்கியமானவையே. எந்தவொரு சட்டகமும் மற்றெல்லாவற்றையும் அளக்கும் *Universal Frame Work* ஆக இருக்க முடியாது. அப்படியான ஒரு *Universal Paradigm* ஆக மார்க்சியத்தைக் கருத்தில் கொண்டு விட்டோமேயானால் பின் நவீன நிலைச் சிந்தனைகளுடன் மட்டுமல்ல எதனுடனும் உரையாடல் சாத்தியமில்லாமல் ஆகிவிடும். பின் நவீனம் அப்படியான ஒரு சட்கமும் அல்ல, அப்படிக் கருதி எல்லாப் பிரச்சினைகளுக்குமான தீர்வுகளையும் அதனிடம் எதிர்பார்ப்பது சரியாகாது.

அதிகாரங்களை முற்றிலும் ஒழிக்காமல் ஓரத்தில் கொறிப்பதாக பின் நவீனத்துவத்தைக் குறைச்சொல்வார் பேராசிரியர். எல்லா அதிகாரங்களையும் அழிக்கும் சூத்திரங்களைக் கொண்டதல்ல பின் நவீனம். நுண் அதிகாரங்களையே அது பேசுகிறது. நுண் அதிகாரங்களை விட்டுவிட்டுத் தனிச்சொத்தை அழித்தால் எல்லா அதிகாரங்களும் அழிந்துவிடும் என்று கூறிய மார்க்சியத்தின் விளைவுகள் இதுவரை எப்படியாக அமைந்தன என்பதையும் நாம் யோசிக்க வேண்டும். சோவியத் அதிகாரமும் கட்சி அதிகாரமும் முதலாளித்துவ அதிகாரங்களை விடக் கொடுமையாக இருந்ததை நாம் மறந்துவிடக் கூடாது. மார்க்சியத்தைக் கருதியதைப் போலவே எல்லாப் பிரச்சினைகளையும் தீர்க்கும் நிவாரணியாகப் பின் நவீனச் சிந்தனைகளையும் கருதுதலின் விளைவே இத்தகைய குற்றச்சாட்டுகள். ஆனால் பின்நவீனத்தைச் சரியாகப் புரிந்து கொண்ட யாரும் அதை அப்படிப் பார்ப்பதில்லை. ஏனெனில் அப்படிப் பார்ப்பதே அபத்தம் என்பதுதான் பின் நவீனத்துவம் சொல்வது.

1960களில் பிரான்சில் ஏற்பட்ட இளைஞர் போராட்டம் சமீப கால வரலாற்றில் முக்கியமான ஒன்று, உலகெங்கிலும்

எதிர்ப்பியக்க ஆர்வலர்களால் வியந்து பாராட்டக்கூடிய ஒன்று, உலகெங்கிலும் அதை ஒட்டி எழுச்சிகள் ஏற்பட்டன, அது குறித்து,

*"1963 – 68 இல் பிரான்சில் ஒரு இளைஞர் கிளர்ச்சி எழுந்தது. அது ஒரு கட்டத்தில் பிரெஞ்சு அதிகார அமைப்பையே உடைக்கும் போலத் தோன்றியது. பின்னர் அது எத்தகைய வெற்றியும் ஈட்ட முடியாமற் பிசுபிசுத்துப் போயிற்று,"* என்கிறார் பேராசிரியர் (நவீனத்துவம்... பக்.185). பேராசிரியரின் இந்த மதிப்பீடு மிகவும் பிழையானது. பின்னாளில் வரலாறு எழுதுபவர்கள் இப்படியான ஒரு மதிப்பீட்டை சோசலிச முயற்சிகளின் மீதும், அதனடியாக மார்க்சியத்தின் மீதும் கூட வைத்துவிட முடியும்தானே! சோசலிசக் கட்டுமான முயற்சியில் இன்று நாம் தோற்றுப்போயிருக்கலாம். மார்க்சியம் பின்னடைவுக்குள்ளாகி இருக்கலாம். ஆனால் அது ஏற்படுத்திய தாக்கங்களும், விளைவுகளும் காலத்தால் அழிக்க முடியாதவை. ஜனநாயகம், மனித உரிமை, மக்கள் அதிகாரம் குறித்த அனைத்து விவாதங்களும் மார்க்சியத்தின் மேல் நின்றே இனி நடைபெறும். அது போலவே 1968 எழுச்சி ஆட்சி மாற்றத்தை உருவாக்காது போயிருக்கலாம். ஆனால் இதை ஒட்டி உலகெங்கிலும் உருவான anti systemic movements அரசியல் தளத்தில் மட்டுமின்றி சிந்தனைத் தளத்திலும் ஏற்படுத்திய தாக்கங்கள் பல. இன்றைய பின் நவீனநிலைச் சிந்தனைகளையே கூட இதன் விளைபொருளாகச் சொல்ல இயலும். (இதேபோலத்தான் இன்று மார்ச்-2006 இல் பிரான்சில் உருவாகியுள்ள இளைஞர் எழுச்சியையும் மதிப்பிட வேண்டும். உலகமயச் செயற்பாடுகள் மேனாடுகளில் இதுகாறும் இருந்து வந்த 'சமூகப் பாதுகாப்பை'த் தகர்க்கத் தொடங்கியிருப்பதற்கான முதல் எதிர்ப்பாக இதை நாம் காண முடியும்),

கட்டவிழ்ப்பைப் பற்றிச் சொல்ல வரும்போது அதை ஒரு கவனத்துக்குரிய ஒரு அணுகல்முறை எனச் சரியாகவே இனம் காணும் பேராசிரியர் தொடர்ந்து–

*"இந்தப் பின்னணிகள் தமிழில் தெளிவுபடுத்தப்படாமலேயே*

(பின்நவீனத்துவம் முதலான) இந்தக் கொள்கைகள் எடுத்துச் செல்லப்படுகின்றன. தமிழ்நாட்டில் முனைப்பான போக்குகள் இடம் பெற்றாலும் அவர்களிடையேயும் இது தெளிவாக உணரப்படவில்லை என்கிற குறை இருக்கிறது" என்பார் பேராசியர் (நேர்காணல்கள். பக்,242). குறைகள் இருக்கலாம், ஆனால் தத்துவார்த்தப் பின்னணி சுட்டப்படவில்லை என்பது தவறு (பார்க்க அ.மார்க்சின். "பின் நவீனத்துவம். இலக்கியம். அரசியலில்." விடியல் பதிப்பகம். 1997).

# 4. பேராசிரியர் சிவத்தம்பியும் தலித்தியமும்

வேறு யாரைக் காட்டிலும் சாதிப் பிரச்சினையைக் கணக்கில் எடுத்துக் கொண்டவர் என்கிற பாராட்டுக்குரியவர் பேராசிரியர் சிவத்தம்பி. மறைந்த பேராசிரியர் கைலாசபதியைக் காட்டிலும் ஒப்பீட்டளவில் சாதி குறித்த ஒரு உரையாடல் சாத்தியமுள்ளவர் என சிவத்தம்பி குறித்து டானியல் அவர்கள் சொல்லக் கேட்டுள்ளேன், கைலாசபதியைக் கடுமையாக விமர்சித்துப் புறந்தள்ளிய தலித்திய எழுத்தாளரும் முன்னோடியுமான டானியல் இறுதிவரை சிவத்தம்பியுடன் நல்லுறவு பேணியதை நான் நேரடியாக அறிவேன். வேளாள ஆதிக்கமுள்ள யாழ்ப்பாணத்தில் அதைக் காட்டிலும் சற்றே கீழ்நிலையில் உள்ள கரையார் வகுப்பைச் சேர்ந்த பேராசிரியர் சிவத்தம்பியுடன் தலித்தியரான டானியல் நட்பு பேணியதை விளங்கிக் கொள்கிறோம். கரையார் வகுப்பைச் சேர்ந்தவர் என்பதாலேயே சிவத்தம்பி அவர்கள் கல்வித்துறையில் சில பாதிப்புகளுக்கு உள்ளானார் என்றும் கூட டானியல் சொல்வதுண்டு. ஈழத்து இலக்கியங்கள் பற்றி எழுதவரும்போதெல்லாம் டானியல் முதலான தலித் எழுத்தாளர்களுக்கு உரிய இடத்தை அளிக்கும்

பழக்கத்தைப் பேராசிரியர் கொண்டிருப்பதையும் இங்கே குறிப்பிட்டுச் சொல்ல வேண்டும்.

எனினும் பேராசிரியரின் எழுத்துக்களைக் கூர்ந்து வாசிக்கும்போது தலித்திய எழுத்துக்களை அவர் முற்போக்கு எழுத்துக்களின் ஒரு கூறாகவே காண்பது புலப்படும், தலித்தியத்தின் தனித்துவத்தை ஏற்காத மனப்பாங்கில் சிவத்தம்பியும் மறைந்த இடதுசாரித் தமிழறிஞரான கேசவனும் ஒரே நிலையில் உள்ளனர் எனலாம். தலித் எழுத்துக்களை தலித் மட்டுமே படைக்க முடியும் என்கிற கருத்தாக்கத்தையும் சிவத்தம்பி மறுத்தார் (நேர்காணல்கள். பக்,249). இந்தியச் சூழலில் தலித் இலக்கியம் உருவான காரணம் குறித்த ஒரு கேள்வியை அவர் நேரடியாக எதிர்கொள்ளும்போது,

“இந்தியாவில் தலித்துகளுக்கு மேல்நிலையில் உள்ளவர்களுடனான தொடர்புகளுக்கோ அல்லது அவர்களுக்கு அண்மையில் போவதற்கான வாசமோ வாய்ப்போ இல்லை. கும்பிடும் தெய்வங்கள் கூட வேறு வேறு. அதனால் தங்களுடைய தனித்துவத்தைப் பேண முற்பட்டனர்... அங்குள்ள (அதாவது இந்தியாவில்-அ.மா) சாதி அமைப்பு போன்று இங்கில்லை. இங்குத் தொழிலை வைத்துக் கொண்டுதான் சாதியைப் (*caste*) பார்த்தார்கள். தொழிலை விட்டுவிட்டால் *caste* பெயர் இல்லை. வெளிப்படையான அடையாளத்தை மறைத்துவிட்டால் சரி. இங்கு (அதாவது ஈழத்தில்-அ,மா) போராட்டம் வித்தியாசம். இங்கு தீண்டாமை போராட்டமென்பது கோயில் பிரவேசம். ஏனென்றால் கோயில் பிரவேசம் மட்டும்தான் இங்கு பிரச்சினையானது. மற்றபடி அவர்களின் சமூக முன்னேற்றத்தைத் தடுக்க முடியவில்லை. இந்தியாவில் இந்நிலை இல்லை. அவன் வாழும் சூழல் எல்லாவற்றிலும் வித்தியாசம்.” (நேர்காணல்கள். பக்.249) என்று பேராசிரியர் கூறுவது வியப்பாக இருக்கிறது. ஈழத்திலும் இந்தியாவிலுமுள்ள சாதிய அமைப்புகளிடையே சில வேறுபாடுகள் உண்டுதான். இந்தியாவைப் போல பார்ப்பன ஆதிக்கம் அங்கு கிடையாது. ஆனால் அதனினும் கொடிய அளவில் வேளாள ஆதிக்கம் ஈழத்திலுண்டு. மற்றபடி சாதிப்படி

நிலையில் மேல் நிலையில் உள்ளவர்களுக்கும் தலித்துகளுக்கும் இடையேயான உறவில் பேராசிரியர் சுட்டுவது போல பாரிய வேறுபாடுகள் ஏதுமில்லை. ஈழத்துச் சாதிய அமைப்பு குறித்த ஆய்வுகளில் இருந்தும் டானியல் போன்றோரின் எழுத்துகளில் இருந்தும் இதனை நிறுவ இயலும்.

ஈழத்தில் தொழிலை வைத்துத்தான் சாதி இருந்தது என்றும், தொழிலை விடும்போது சாதி போய்விடுகிறது என்றும் பேராசிரியர் கூறுவதை ஏற்க முடியாது. இன்று புலம் பெயர்ந்து பழைய தொழில்களை விட்டுவிட்டு அய்ரோப்பிய நாடுகளில் அகதிகளாக வாழ்கிற ஈழத் தமிழர்களிடையே சாதி உணர்வுகள் இல்லையா? சாதி அடையாளங்கள் பார்க்கப்படவில்லையா? திருமணத் தொடர்புகளில் இறுக்கமான சாதி அடையாளங்களை அவர்கள் பேணுவது பேராசிரியரின் கவனத்தில் பட்டதில்லையா? புலம் பெயர்ந்து வாழும் நிலையில் இன்று ஒரு தலித் இளைஞனுக்கு வேளாளச் சாதியினர் பெண் கொடுக்கும் சூழல் வளர்ந்துள்ளது எனப் பேராசிரியர் கூற இயலுமா?

தீண்டாமைப் போராட்டங்கள் தொடர்பாகப் பேராசிரியர் சுட்டுகிற வித்தியாசங்களையும் நாம் ஏற்க முடியாது. இங்கும் ஆலயப் பிரவேசத்திற்கான போராட்டங்கள் நந்தன் காலம் தொடங்கி நடைபெற்று வருகின்றன. வெளிநாட்டுப் படிப்பு முடித்து இந்தியா வந்து தீண்டாமை எதிர்ப்புச் செயற்பாடுகளைக் கையிலெடுத்தபோது அண்ணல் அம்பேத்கார் கோயில் (நாசிக்) நுழைவு, குளத்தில் (சௌதார்) நீரெடுத்தல் முதலான போராட்டங்களைத்தான் தொடங்கினார். இன்றும் 'புதிய தமிழகம்' என்கிற தலித் அமைப்பு ஒன்று இங்கு (தமிழகத்தில்) கண்டதேவி ஆலயத்தில் தேர் வடம் பிடிப்பதற்காக உரிமை கோரி ஆண்டு தோறும் போராட்டங்களை நடத்திக் கொண்டுதான் இருக்கிறது,

இந்தியாவில் தலித்களின் சமூக முன்னேற்றம் தடைபட்டது. இலங்கையில் அப்படியில்லை என்றெல்லாம் பேராசிரியர் சொல்வதற்கும் நியாயங்கள் இல்லை. தமிழகத்திற்கும்

இலங்கைக்கும் இந்த அம்சத்தில் வேறுபாடுகள் உண்டுதான். இலங்கையில் வெள்ளாள மேல்தட்டினரின் தீண்டாமைக் கொடுமையை அப்படியெல்லாம் சுருக்கிப் பார்த்துவிட இயலாது. இத்தகைய கருத்தோட்டங்களின் அடிப்படையில் ஈழத்தில் தலித் இலக்கிய விகசிப்பு ஏற்படாததற்கு ஒரு காரணம் சொல்வதை நாம் ஏற்க இயலாது. தலித் எழுச்சி இலங்கையின் தமிழ்ப் பகுதிகளில் ஒப்பீட்டளவில் கிடையாது என்பதெல்லாம் ஏற்பதற்கில்லை. தமிழ்த் தேசியத்தை நியாயப்படுத்த வேண்டி தலித் நியாயப்பாடுகளைப் பேராசிரியர் புறங்கணிப்பதை எப்படி ஏற்பது?

அய்யா. ஒரு தந்தைபோல என் எதிரே நீங்கள் அமர்ந்திருக்கிறீர்கள், உங்கள் மாணவன் எனச் சொல்வதில் பெருமை கொள்பவன் நான்.

"டானியலுடைய எழுத்துக்களில் தலித் இருப்பதைவிட கிறிஸ்தவ மனிதாபிமானம் இருப்பதையே நான் காண்கிறேன்", (நேர்காணல்கள். பக்.249) எனத் தாங்கள் கூறுவதைப் படிக்கும்போது மனம் பதறுகிறது, காலமெல்லாம் தீண்டாமைக் கொடுமைகளை மட்டுமே எதிர்த்து எழுதியும், களத்தில் இறங்கிப் போராடியும் வந்த டானியலுக்கு நீங்கள் நியாயம் இழைக்கத் தவறி விட்டீர்கள். உங்கள் மீதுள்ள அனைத்து மரியாதைகளுடனும் உங்களை ஆசானாக ஏற்ற நான் சொல்லுகிறேன், டானியலுக்கு அவருக்குரிய தலித் அடையாளத்தை வழங்காமல், கிறிஸ்தவச் சிமிழுக்குள் அடைக்க முயல்வதில் உங்களின் சர்வதேசப் புலமை வெளிப்படுவதற்குப் பதிலாக யாழ்ப்பாணச் சைவப் பார்வைதான் வெளிப்படுகிறது.

## நிறைவாக

நான் தொடக்கத்தில் குறிப்பிட்டது போலப் பேராசிரியரின் புலமைப் பங்களிப்புகளை மறுப்பது என் நோக்கமன்று. நவீன சிந்தனைகளைப் பேராசிரியர் எதிர்கொண்டமை குறித்த தலைப்பாகவன்றி, பிற பங்களிப்புகளைப் பற்றிப் பேச நான்

நேர்ந்திருந்தால் என் நன்றிக்கடனை இன்னும் சிறந்த முறையில் அவருக்குச் செலுத்தியிருக்க இயலும்.

இது ஈன்ஸ்டின் *(Albert Einstein)* நூற்றாண்டு, நான் ஒரு இயற்பியல் ஆசிரியன். சென்ற ஆயிரமாண்டின் மிகச் சிறந்த அறிவியல் அறிஞரான ஈன்ஸ்டினின் மூன்று முக்கிய ஆய்வுகள் ஒரே ஆண்டில் (1905) வெளிப்படுகின்றன. பிறகு நீண்ட காலம் அவர் உயிருடன் வாழ்கிறார், அக்காலக்கட்டத்தில் இயற்பியலில் மிக முக்கியமான பல கண்டுபிடிப்புகள் உருவாகின. ஆனால் அவற்றில் ஈன்ஸ்டினுக்குப் பங்கில்லை. 1905க்குப் பிந்திய காலத்தில் பொதுச் சார்பியல் பற்றிய கண்டுபிடிப்பு ஒன்று மட்டுமே அவரது ஒரே பங்களிப்பாக இருந்தது. அதிலும் பின்னாளில் அவரே வருத்தப்படும்படியான முக்கிய தவறுகளும் இருந்தன.

உலக முழுமைக்குமான சர்வ வியாபகமான உண்மை என ஏதும் கிடையாது, அனைத்தும் சார்பானவையே என்கிற தத்துவ முக்கியத்துவம் வாங்கிய ஒரு கண்டுபிடிப்பை உலகிற்கு அளித்த ஈன்ஸ்டின் தொடர்ந்து வந்த குவாண்டம் கொள்கைக் கருத்தாக்கங்களைச் செரிக்க இயலாமற் போனார். எதுவும் முற்றுண்மையானதல்ல எனச் சொல்லத் துணிந்த ஈன்ஸ்டின் 'எதுவும் உறுதியானதல்ல' என்கிற ஹெய்சன்பர்கின் 'உறுதியின்மைக் கொள்கை'யை *(Uncertainty principle)* எள்ளி நகையாடினார். "என்ன சொல்கிறீர்கள்? கடவுள் என்ன மனிதனுடன் தாயமா *(dice)* விளையாடுகிறார்?" என்று கேட்டார். எதுவும் சாத்தியம் *(probable)* என்பதை அவரால் ஏற்றுக்கொள்ள இயலவில்லை. பொருட்களின் இரட்டைத் தன்மை *(Dual Nature of Matter)* ஆகியவற்றை அவரால் செரித்துக் கொள்ள இயலவில்லை, விளைவு? இயற்பியல் வளர்ந்து கொண்டு சென்றது, ஈன்ஸ்டின் தேங்கிப் போனார். ஐயா! நான் உங்கள் மாணவன். தமிழ் ஆய்வை உங்களின் ஊடாக அறிந்து கொண்டவன். உங்களுடன் இணைந்து ஒரு நூல் எழுதும் வாய்ப்பை நீங்கள் எனக்கு அளித்தமையை நான் எந்நாளும் மறக்க மாட்டேன்.

என்றும் உங்கள் மாணவனான என்னை இந்த விமர்சனத்தை முன்வைத்தமைக்காகத் தலை தாழ்த்தி மன்னிப்புக் கோருகிறேன். ஒரு சிறந்த சிந்தனையாளரும், என் ஆசானும் ஆகிய நீங்கள் என் இந்த விமர்சனங்களைக் கணக்கில் கொள்வீர்கள் என நம்புகிறேன்.

என்றும் உங்கள் மாணவன்,

அ.மார்க்ஸ்.

# திரு.வி.க. பார்வையில் பௌத்தம்

## ஒன்று

# ஏப். 18, 2018, சிங்காரவேலர், லட்சுமிநரசு, அயோத்திதாசர் அரங்கில் குழப்பம் விளைவித்த திரு.வி.க. அவர்கள்

திரு.வி.க. என வழக்கில் அறியப்படும் தமிழறிஞர் திரு. வி. கலியாணசுந்தரனார் சைவ மரபில் வந்தவர். சைவத்தில் தீவிரப் பற்றுமிக்கவர். 'சைவசமய சாரம்', 'நாயன்மார் திறம்', 'நாயன்மார் வரலாறு', 'சைவத் திறவு', 'பெரியபுராணம் குறிப்புரையும் வசனமும்' உள்ளிட்ட முக்கிய நூல்கள் பல எழுதியவர்.

அம்பேத்கர் அவர்களுக்கே பௌத்தம் பற்றிய ஆர்வத்தை ஏற்படுத்துவதற்குக் காரணமான டாக்டர் லட்சுமி நரசு மற்றும் பொது உடைமைக் கருத்துக்களைத் தமிழகத்தில் அறிமுகம் செய்த அறிஞர் சிங்கார வேலர் ஆகியோர் சென்னையில் பவுத்தம் குறித்து நடத்திய கூட்டங்களில் சென்று சிறுவனாக இருந்த காலத்திலேயே குழப்பம் விளைவிக்கும் அளவிற்கு அவருக்கு சைவத்தின் மீது தன் இளமைக் காலத்தில் தீராத பற்றுக் கொண்டவராக இருந்தவர்தான் திரு.வி.க. அவர் எழுதியுள்ள 'வாழ்க்கைக் குறிப்புகள்' நூலில் அப்படியான தனது இளமைக்காலக் குறும்பு குறித்து அவர் கூறுவது நமக்கு அதிர்ச்சி அளிக்கக் கூடிய ஒன்று.

"யான் மாணாக்கனாக இருந்தபோது கடலோரத்தில் விளையாடச் செல்வது வழக்கம். ஐஸ் அவுஸுக்குப் பக்கத்திலேயுள்ள ஒரு கட்டடத்தில் 'மகாபோதி சங்கம்' என்று தீட்டப்பெற்ற ஒரு நீண்ட பலகையைக் காண்பன். ஒருநாள் அங்கே கூட்டம் கூடியிருந்ததைப் பார்த்தேன். அக்கூட்டம் என்னை ஈர்த்தது. ஒருவர் புத்தர் பிறப்பைப் பற்றிப் பேசினார். இன்னொருவர் நன்றி கூறினார். அவர் இலட்சுமி நரசு நாயுடு என்றும் இவர் சிங்காரவேல் செட்டியார் என்றும் தெரியலானேன். அக்கூட்டங்கள் எனக்கு வெறியூட்டின. வெறிகொண்டு சில மாணாக்கர்களைச் சேர்த்து ஒருநாள் பௌத்த சங்கக் கூட்டத்துள் நுழைந்தேன். அப்போது சிங்காரவேல் செட்டியார் பைபிள் சரித்திர சம்பந்தமான நூலாகாது எனப் பேசி முடித்தார். மறுவாரம் யான் பெருங்கூட்டம் கூட்டிச் சென்றேன். பௌத்தம் என்ற பகுதியில் சிங்காரவேல் செட்டியார் திருஞான சம்பந்தர் எலும்பைப் பெண்ணாக்கிய சரித்திரத்தை மறுத்து வந்தார். யான் குறுக்கிட்டேன். ஒரே கூக்குரல் எழுந்தது. யாரோ ஒருவர் 'வானரங்கள்' என்றார். மாணாக்கர் சும்மா இருப்பரோ? பெருங்குழப்பம் விளைந்தது. அன்று முதல் பௌத்த சங்க சொற்பொழிவுகளுக்குத் தொல்லை விளைத்தே வந்தோம்."

இது திரு.வி.க அவர்களின் வெளிப்படையான வாக்குமூலம். "சிந்தனைச் சிற்பி சிங்காரவேலு வாழ்வும் சிந்தனையும்" எனும் நூலில் இம் மேற்கோளை எடுத்தாளும் பெரியவர்கள் கே.முருகேசன், சி.எஸ்.சுப்பிரமணியம் ஆகியோர், இந்தச் சம்பவம் நிகழ்ந்த காலகட்டத்தில் கலியாணசுந்தரனாரின் வயது 10 அல்லது 15 வயதுக்குள் இருக்கலாம் எனக் கணக்கிடுகின்றனர். அந்த வயதிலேயே சென்னை மெரினாவில் மீனவ மக்கள் வசிக்கும் பகுதியில் செல்வாக்கு மிக்க வழக்குரைஞரான சிங்காரவேலர் மற்றும் அப்போது பச்சையப்பன் கல்லூரியில் பேராசிரியராக இருந்த அறிஞர் லட்சுமி நரசு, பண்டிதர் அயோத்திதாசர் ஆகியோர் நடத்திய கூட்டங்களில் இந்தச் சிறுவர்கள் புகுந்து குழப்பம் விளைவிக்கும் அளவிற்கு அன்று சைவம் தீவிரமாக இருந்துள்ளதை அறிகிறோம். திரு.வி.க. அவர்கள் இந்தப் பதிவில் அயோத்திதாசரின்

பெயரைக் குறிப்பிடாவிட்டாலும் 'மகாபோதி சங்கம்' எனக் குறிப்பிடுவதிலிருந்து அது பண்டிதரின் ஏற்பாடுதான் என்பதை நம்மால் ஊகிக்க முடிகிறது.

தனது வாழ்க்கைக் குறிப்புகளில் தொடர்ந்து திரு.வி.க. சொல்வது:

"கோமளீசுவரன் பேட்டை புதுப்பேட்டையிலே ஒரு பௌத்த சங்கம் கூடிற்று. அதிலே இலட்சுமிநரசு நாயுடு, சிங்காரவேல் செட்டியார் முதலியோர் பேசுகின்றனர் என்று கேள்வியுற்றேன். யான் கூட்டத்துடன் அங்கு சென்றேன். அங்கு குழுமியிருந்த சிலர் என்னை உறுத்து உறுத்து நோக்கினர். எனக்கு அச்சமுண்டாயிற்று. யான் பேசாமலிருந்தேன். சிங்காரவேல் செட்டியார் டார்வின் கொள்கையைத் தமிழில் விளக்கினார். என் உள்ளம் அதில் ஈடுபட்டது."

திரு.வி.க. அவர்கள் தீவிரமாகச் சைவ நெறியைப் பின்பற்றியவர் ஆயினும் பின்னாளில் அவர் ஒரு தொழிற்சங்கச் செயல்பாட்டாளராகவும், சமயப் பொறை உள்ள தமிழறிஞராகவும் விளங்கியவர். எனவே அவர் மன மாற்றம் கொண்டதை நம்மால் முழுமையாகப் புரிந்துகொள்ள முடிகிறது.

பின்னாளில் அவர் பௌத்தம் பற்றி ஆற்றிய உரை 'தமிழ்நூல்களில் பவுத்தம்' எனும் குறுநூலாக வெளிவந்துள்ளது. எந்த லட்சுமி நரசு முதலானோர் கூட்டத்தில் அவர் குழப்பம் விளைவித்தாரோ அதே அறிஞர் நரசு அவர்கள் தலைமையில் நடந்த பௌத்த மாநாட்டில் அவர் ஆற்றிய உரை அது. அது குறித்து அந்நூலின் முன்னுரையில் திரு.வி.க. சொல்வது:

"சன்மார்க்கக் கொள்கையுடைய அடியேனை தென்னிந்திய பௌத்த சங்கம் சார்பாகச் சென்னை சிந்தாதிரிப்பேட்டை 'ஹைஸ்கூல் நிலையத்தில்' 1928-ஆம் ஆண்டு ஏப்ரல் மாதம் 6-ஆம் தேதி அறிஞர் இலட்சுமிநரசு நாயுடு அவர்கள் தலைமையின் கீழ்க் கூடிய தென்னிந்திய பௌத்த மாநாட்டில், தமிழ்நூல்களில் பௌத்தம் எனும் பொருள் பற்றிப் பேசுமாறு

*அச்சங்கத்தார் பணித்தனர். அப்பணி மேற்கொண்டு, ஆண்டுப் போந்து அடியேன் நிகழ்த்திய விரிவுரையே இந்நூலின் உள்ளுறை."*

*(தமிழ் நூல்களில் பௌத்தம், இரண்டாம் பதிப்பு, சாது அச்சுக்கூடம், இராயப்பேட்டை, சென்னை-14, 1952).*

தமிழறிஞர் திரு.வி.க. அவர்கள் பௌத்தத்தை எவ்வாறு காண்கிறார் என்பதை அந்நூலின் வாயிலாகப் பார்ப்போம்.

# இரண்டு

## இடைக்காலத் தமிழகத்தில் நடந்த சமயப் போர்

திரு.வி.க. அவர்கள் சைவத்தை வாழ்நெறியாக ஏற்றுக்கொண்டு வாழ்ந்தவர். பிற சமயப் பொறை என்பதை ஏற்றுக்கொண்டவர் ஆயினும் சைவமே சிறந்த ஒன்று என்பதை அவர் வெளிப்படுத்தத் தயங்கியவரும் இல்லை. அது மட்டுமன்று. தமிழகத்தில் நடந்த சமயப் போரின் ஊடாக சமணமும் பௌத்தமும் அழிக்கப்பட்ட வரலாற்றிலும் சைவத்தின் பக்கலே நியாயம் இருந்ததாகவும் கருதியவர். எல்லாவற்றையும் தாண்டி பௌத்தத்தின் சில அடிப்படைக் கூறுகளை நுண்மையாக அவர் எவ்வாறு கண்டு போற்றினார் என்பதைக் காண்பதே இங்கு நமது நோக்கம்.

“மெய்யறிவு விளங்கப் பெற்றால் எல்லாச் சமயங்களும் ஒன்றே. நாலா பக்கங்களிலும் தோன்றிய சமயக் குரவர்கள் யாவரும் அறிவுறுத்திய உண்மை ஒன்றே. ஆனால் அவ் உண்மைப் பேற்றுக்குரிய முறைகளில் வேற்றுமை உண்டு. இந்த முறைகள் மாறக் கூடியவை” - என அவர் முன்னுரைப்பதிலிருந்து, எல்லாச் சமயங்களின் நோக்கும் இலக்கும் ஒன்றுதான். ஆனால் அவற்றை அடையும் நெறியும் முறையும்தான் வேறு வேறு என அவர் கருதுவது விளங்குகிறது.

இந்த இலக்கை அடையும் முறைகளில்தான் அவ்வப்போது மாசுகள் படிகின்றன எனவும், அவ்வாறு திரிபுகள் நேரும் போதெல்லாம் பெரியோர்கள் தோன்றி, திரிபுகளைப் போக்கி, முறைகளைச் செம்மை செய்தார்கள் எனவும், அவ்வாறு செம்மை செய்தவர்களில் ஒருவர்தான் புத்தர் எனவும் திரு.வி.க. அவர்கள் புத்தர் குறித்ததன் புரிதலை முன்வைக்கிறார்.

ஆனால் மற்ற மதங்கள் யாவும் கடவுளைப் பேசுகின்றன. போற்றுகின்றன. இறைவனடி சேர்வதையே இறுதிப் பயனாக உரைக்கின்றன. ஆனால் பௌத்தம் கடவுளைப் பற்றிப் பேசுவதே இல்லையே?

திரு.வி.க. அதற்கு இப்படி விளக்கம் அளிக்கிறார்.

"புத்தர் கடவுளைப் பற்றி ஒன்றும் கூறாமையான் அவரை நாத்திகரெனச் சிலர் கருதுகின்றனர். புத்தர் அறமெனும் கடவுளைச் சீலம் எனும் வழிநின்று உணருமாறு அறிவுறுத்தல் போந்தார்."

பிற மதங்கள் கடவுளை வைக்கும் இடத்தில் பௌத்தம் அறத்தை வைக்கிறது என்பதையும், பிற மதங்கள் தம் இலக்கை அடைய பக்தி, வேள்வி, நோன்பு, புனித நீராடல் முதலான வழிமுறைகளை வைக்கும் இடத்தில் பஞ்சசீலம், தசசீலம், எண்வழிப் பாதை முதலான அறவழிகளை மட்டுமே தன் இறுதி இலக்கை அடையும் நெறிகளாக பௌத்தம் முன்வைக்கிறது என்பதையும் திரு.வி.க. மிக அற்புதமாகச் சொல்லிவிடுகிறார்.

அது மட்டுமல்ல. பௌத்தத்தின் தோற்றம் குறித்தும் திரு.வி.க. மிகச் சரியான வரலாற்று உண்மைகளை முன்வைக்கிறார். இலக்கை அடையும் வழிமுறைகளில் மாசுகள் படியும்போது அவற்றை நீக்கி முறைகளைச் செம்மை செய்ய வந்தவராகப் புத்த பெருமானை முன்வைக்கும் கலியாணசுந்தரனார் அந்த "மாசுகள்" குறித்தும், அந்த மாசுகளை நீக்கப் போந்தவர் குறித்தும் இப்படிச் சொல்கிறார்:

"கடவுளை வேதம் எனும் நூலாகவும், யாகம் எனும் கொலைக் குழியாகவும், சாதி எனும் சாக்கடையாகவும் மன்பதை

கொண்டதை மாற்றப் போந்த அறவோன், பெருமான்" அவரே புத்தர்.

ஆக வேதம், யாகம் முதலியவற்றால் திரிந்து கேடு சூழ்ந்த உலகத்தைத் திருத்தவந்த அருளாளர்தான் புத்தர் என்பதை திரு.வி.க. ஏற்றுக் கொள்கிறார். ஆனால் இன்று புத்தம் தான் தோன்றிய காலத்து அறங்களை எல்லாம் மறந்து இலங்கை, மியான்மர் முதலான நாடுகளில் தன்னை வெளிப்படுத்திக் கொள்வதை நாம் பார்த்துக் கொண்டுதான் உள்ளோம். அது குறித்தும் திரு.வி.க.வின் பார்வை சரியாகவே அமைகிறது.

"...புத்தர் பெருமான் போதனை இப்போது பௌத்தரென்று சொல்லிக் கொள்ளும் பலரிடமுஞ் சாதனையில் இல்லை... சமயக் குரவர்கள் செல்வழி எப்போதும் உலகம் நடப்பதில்லை. சமயக்குரவர் உருவங்களுக்கு மட்டும் வந்தனை, வழிபாடுகள் நிகழ்த்தி, அவர்களின் அறவுரைகளைக் குழிவெட்டிப் புதைப்பது உலகின் இயல்பாகிவிட்டது. இதற்கு சமயக் குரவர்கள் என் செய்வார்கள்? சமயம் என் செய்யும்?"

அறிஞர் கலியாணசுந்தரனார் தமிழக வரலாற்றின் இடைக்காலத்தில் இங்கு நடந்த சமயப் போரைச் சொல்லும் போது, சற்றே நிலைதடுமாறிச் சொன்ன பதிவுகளும் சில உள்ளன...

சமண, பௌத்த மதங்கள் தமக்குள் சண்டையிட்டுக் கொண்டதை முதன்மைப்படுத்தியும், சமண, பௌத்த மதங்களை அரசதிகாரத் துணையுடனும், கழுவேற்றல் முதலான வன்முறைகளினூடாகவும் சைவம் அழித்ததைத் தலைகீழாக்கியும் அவர் முன்வைத்ததும் உண்டு.

"அறத்தில் பெரிதும் ஒற்றுமை வாய்ந்த சமண பௌத்த மதங்களே பின்னாளில் மலைந்து போரிடலாயின. பிற்காலத்திய சமண பௌத்தர்கள் போரைத் தம்மளவிலாவது நிறுத்திக்கொண்டார்களா? அவர்கள் தங்களுக்குரிய அறவொழுக்கங்களையும் முற்றாக மறந்து, கடவுள் இன்மை

என்பதில் மட்டுமே கருத்தைச் செலுத்தி, மன்னர்களைத் தங்கள் வயப்படுத்திக் கடவுள் உண்மையில் உறுதியுடையவர்களைப் பலவாற்றாலும் துன்புறுத்தினார்கள்.

“கண்டுமுட்டு, கேட்டுமுட்டு போன்ற கொடிய வழக்கங்கள் அவர்கள் வாழ்வில் நுழைந்த ஒன்றை ஈண்டுக் குறித்தல் தகும். சமண பௌத்தர்கள் என்று சொல்லக் கூடிய மக்கள் தங்களுக்குரிய சீலத்தை விடுத்துச் சீற்றத்தைக் கொண்டார்கள். இதற்கு சமணம் என் செய்யும்? பௌத்தம் என் செய்யும்?”

இது திரு.வி.க. அவர்கள் இடைக்காலத்தில் இங்கு நடந்த சமயப் போர் குறித்துச் சொல்வன.

இங்கே ஒரு காலத்தில் அரச ஆதரவுடன் சமண, பௌத்த அவைதீக மதங்கள் மேலெழுந்த நிலையில் சைவ சமயக் குரவர்களால் முன்னெடுக்கப்பட்ட பக்தி இயக்கம் மக்கள் ஆதரவையும் அரசாதரவையும் ஒருங்கே பெற்று சமண, பௌத்த மதங்களை வீழ்த்திய வரலாற்றை நாம் அறிவோம். இதன் பின்னணியில் பல வரலாற்றுக் காரணங்கள் இருந்தன. அதில் சமயம் சார்ந்த காரணிகளுக்கும் பங்குண்டு. சமயம் சாராத காரணிகளும் உண்டு. தமிழகத்தில் இக்காலகட்டத்தில் உருவான உற்பத்திமுறை மாற்றங்கள், நிலவுடைமையின் வெளிப்பாடு முதலியனவும் இதில் முக்கிய பங்கு வகிக்கின்றன.

இந்தப் போரில் சமண, பௌத்த மதங்கள் எந்தத் தவறுகளையும் செய்யவில்லை என நாம் சொல்ல வேண்டியதில்லை. பெரிய அளவில் மாற்று மதங்கள் மீதான வன்முறைகள் இங்கே நடந்துள்ளன. ஆனால் வன்முறைகளுக்கான எல்லாப் பொறுப்புகளையும் சிரமண மதங்களின்பாற் சுமத்தி சைவத்தைக் களங்கமற்றதாக முன்வைப்பதை நாம் ஏற்க இயலாது. அப்பர், சம்பந்தர், சுந்தரர் முதலானோர் எத்தனை வன்மத்துடன் சமண, பௌத்தத்தையும், சிரமண முனிவர்களையும் இழிவு செய்தனர் என்பதையும், எத்தனை வன்முறையாக அவர்களின் எதிர் வெளிப்பாடுகள் அமைந்தன என்பதையும் நாம் இங்கே பட்டியல் போடும் முயற்சியில் இறங்க வேண்டாம்.

கலியாணசுந்தரனார் நான் அறிந்தவரை ஆகச் சிறந்த நேர்மையாளர். ஒரு தீவிரமான சைவக் குடும்பத்தில் பிறந்தவர் அவர். இப்படியான கருத்தை ஒரு கட்டத்தில் சொன்னது உண்மைதான். ஆனால் மிக்க நேர்மையும், தீவிரமான ஆய்வுணர்வும் உள்ள அப் பெருந்தகை மிக விரைவில் பௌத்தம், சமணம் எனும் சிரமண மதங்களையும், அவை இங்கே ஒடுக்கப்பட்டதையும் சரியாகவும் விரிவாகவும் புரிந்து கொள்கிறார். அதனூடாக சமண, பௌத்த மதங்களைத் தமிழ்ப் பின்னணியில் சரியாகப் புரிந்துகொண்டு அடையாளம் காட்டியவராக இன்று வரலாற்றில் தடம் பதித்துள்ளார். திரு.வி.க. அவர்கள் தமிழகத்தின் ஒரு முன்னோடித் தொழிற்சங்கவாதி என்பதையும் நாம் மறந்துவிடக்கூடாது.

எனினும் கலியாணசுந்தரனார் அவர்கள் "கண்டு முட்டு, கேட்டுமுட்டு" என்பது போன்ற கொடிய வழிமுறைகளைப் பயன்படுத்திச் சமண, பௌத்தர்கள் சைவத்துடன் போரிட்டதாகத் சொல்கின்றனரே அதுவென்ன? என்கிற கேள்வியிலிருந்து தொடங்குவோம்.

## மூன்று

# 'கண்டு முட்டு கேட்டு முட்டு' என்பதென்ன...

சமண, பௌத்தர்கள் தமக்குரிய சீலங்களைக் கைவிட்டுச் சீற்றத்தைக் கைக்கொண்டதற்கான எடுத்துக்காட்டாக அவர்கள் வாழ்வில் 'கண்டுமுட்டு', 'கேட்டுமுட்டு' முதலான கொடிய பழக்கங்கள் நுழைந்தன என்பதாகத் திரு.வி.க. சொல்வதைப் பார்த்தோம்.

'கண்டுமுட்டு கேட்டு முட்டு' பற்றித் திருஞானசம்பந்தர்,

"நீற்றுமேனிய ராயினர் மேலுற்ற

காற்றுக் கொள்ளவும் நில்லா அமணரைத்........." (தேவாரம்)

எனக் கூறுவதை ஒட்டித்தான் திரு.வி.க.வும் பௌத்த சமண மதத்தவரைச் சீலமற்றவர்கள் என்கிறார். திருநீறு பூசிய மேனியர் மீது படும் காற்றும் தங்கள் மீது படக்கூடாது என்கிற நிலையைச் அமண மதத்தினர் மேற்கொண்டதாகச் சம்பந்தர் கூறுவதுதான் இக்குற்றச்சாட்டின் அடிப்படையும் ஆதாரமும்.

ஆனால் இந்தக் 'கண்டு முட்டு கேட்டு முட்டு' என்பதற்கு வேறு பொருளைச் சமணம் முன்வைக்கிறது. 'முட்டு' என்பது தடை எனப் பொருள்படும் சொல். சமண முனிவர்கள் மக்களிடமிருந்து ஒதுங்கி மலைக் குகைகளில் படுக்கைகள் அமைத்து அங்கே தவமியற்றி வாழ்ந்தவர்கள் என்பதை அறிவோம். பட்டினி நோன்பு என்பது அவர்களின் வாழ்முறைகளில் ஒன்று. உணவு அவர்களுக்கு ஒரு பொருட்டல்ல. எந்தெந்த முறைகளில் எல்லாம் உணவைத் தவிர்ப்பது என அவர்களுக்கு நியதிகள் உண்டு. மலைக்குகைகளில் ஒதுங்கித் தங்கியிருக்கும் இவர்கள் தமக்குள் முறை வைத்துக் கீழிறங்கி மக்கள் வசிக்கும் தெருக்களில் அமைதியாகச் செல்வர். இல்லறத்தில் உள்ளோர் இப்படியான முனி-சாமிகளின் வருகைக்காகக் காத்திருந்து, அவர்கள் வரும்போது சென்று அவர்களின் கரங்களில் அமுதிடுவர். அவர்களும் வீதியில் நின்றவாரே அதை உண்டு தம் இருப்பிடம் திரும்புவர்.

சமண வழியினரான திருவள்ளுவர்,

> "துறந்தார்க்கும் துவ்வாதார்க்கும் இறந்தார்க்கும்
> இல்வாழ்வான் என்பான் துணை"
>
> "செல்விருந்தோம்பி வருவிருந்து-காத்திருப்பான்
> நல்விருந்து வானத்த வர்க்கு"

எனக் கூறுவன இந்தப் பின்புலத்திலிருந்து சொல்பவைதான் என்கிற கருத்தும் உண்டு. 'செல்விருந்து' என்பது இப்படித் தெருவில் செல்லும் புனிதர்களுக்கு அன்னம் அளிப்பதைக் குறிப்பதுதான் என்பதாக அவர்கள் விளக்கம் அளிப்பர்.

அப்படிப் பிச்சை ஏற்றுப் பசி தீர்த்துக் கொள்வதற்காகத் தம் ஒதுங்கிடங்களிலிருந்து இறங்கி வரும்போது அவர்கள் சில காட்சிகளைக் காண நேர்ந்தால் பிச்சை ஏற்பதைத் தவிர்த்துப் பசி ஆறாமலேயே தம் இருப்பிடம் திரும்புவர். அப்படித் தவிர்ப்பதற்கு ஏதுவாகும் காட்சிகளைத்தான் சமணர்கள் "முட்டு" என்கின்றனர். "கண்டு முட்டு" எனில் காட்சியால் விளையும் தடை; "கேட்டு முட்டு" என்பது செவிப் புலனூடாக விளையும்

தடை. இது குறித்துச் சமணர்கள் இவ்வாறு விளக்குவர்:

‘தாம் உணவுண்ணும் முறைநாட்களில் தம் இருப்பிடங்களிலிருந்து கீழிறங்கி ‘வரும் வழிகளிலே கொலைகள், வேட்டையாடல்கள் போன்ற தீய செயல்களைக் கண்டால் உணவருந்த முட்டாகி விட்டதென மலையை நோக்கித் திரும்பி விடுவார்கள். அதே போன்று புலாலுணவு, கள் குடித்தல் போன்ற பேச்சுகளும், தீய சொற்களும் செவியில் விழுந்தால் முட்டெனத் திரும்பி விடுவார்கள். இவை யாவும் நிகழாமல் ஊருக்குள் வந்து உணவேற்கும் நேரத்தில் காக்கை, கழுகுகள் வட்டமிட்டுக் கத்தினாலும் உணவைத் துறந்து நேரே சென்று விடுவார்கள். இவைகளையே கண்டு முட்டு, கேட்டு முட்டு என்று கூறுவதுண்டு.’

இது குறித்துத் ‘தத்துவ நிஜானு போகசாரம்’ என்ற நூல்,

“கொன்றல் வேட்டல் குறைத்தல் கூப்பிடல்
கோழி கூகைகள் காகமும்
தின்றல் சோறெனப் புலா விறைச்சிகள்
தீய சொற்கள் செப்புதல்
என்ற சொற்கள் அனந்தமும் செவி
யெய்திடில் சரிகைத் திறம்
அன்று முட்டென வோதும் முக்குடை
ஆதிநாதர் ஆகமம்”

என விளக்கம் அளிப்பது இங்கே கருதத் தக்கது...

இதைத்தான் ஞானசம்பந்தர் அத்தனை வெறுப்புடன் குறிப்பிடுகிறார். திருநீறணிந்த மேனியரின் காட்சிகள், சொற்கள் ஆகியவற்றையே வெறுக்கும் அளவிற்குச் சமயப் பொறை அற்றவர்கள் என அமணர்கள் பற்றித் திரித்துரைக்கிறார்.

வேண்டுமானால் இப்படி நிகழ்ந்திருக்கலாம். சைவசமயத்தின் உட்சமயங்களாக அக்காலத்தில் விளங்கிய காபாலிகம், காளாமுகம், பாசுபதம் போன்ற பிரிவினர் குடித்தல், ஊன் உண்ணல், மண்டை ஓடுகளை மாலைகளாகவும், உண்ணும்

பாத்திரங்களாகவும் தரித்துக் கொண்டும், வீதிகளில் பலவாறும் தீய சொற்கள் எனக் கருதுபவற்றைப் பேசிக் கொண்டும் அலைந்தனர் என்பதற்கு மகேந்திரபல்லவனின் 'மத்தவிலாசப் பிரகசனம்' எனும் நாடக நூல் நமக்குச் சாட்சியமாகக் கிடைக்கிறது. அப்படியான காட்சிகளையும், சொற்களையும் வேண்டுமானால், அமண முனிவர்கள் தவிர்த்திருக்கக் கூடும்.

இங்கு இன்னொன்றையும் குறிப்பிடல் வேண்டும். சமண முனிவர்கள்தான் இவ்வாறு ஒதுங்கி இருந்தனர். இத்தனை தீவிரத்துடன் தமது நோன்புகளைக் கடைப் பிடித்தனர். பௌத்தத் துறவிகள் அவ்வாறு ஒதுங்கி வாழ்ந்தது இல்லை என்பதும் கவனத்தில் கொள்ள வேண்டிய ஒன்று. புத்தர் ஒரு ததாகதர், வழிப்போக்கர். தம் சீடர்களுடன் தம்மை ஆதரிப்போர் உவந்து அளிக்கும் ஜேதவனங்களில் தங்கிச் செல்லும் வழக்கமுடையவராகவே அவரும் அவரது சீடர்களும் இருந்தனர். புத்தபிரான் எதையும் முட்டென ஒதுக்கியதில்லை. மக்கள் அன்புடன் அளிக்கும் எதுவாயினும், அது சுஜாதை தங்கக் கிண்ணத்தில் அளித்த பாற் சோறாயினும், சுந்தன் அளித்த இளம் பன்றிக் கறியானாலும் ஒதுக்காது ஏற்றுக் கொண்டு அவர்களின் அன்பிற்கு மரியாதை அளித்தவர். அப்படியான ஒருவர் அளித்த இளம்பன்றிக் கறியாலான உணவை உண்டு அது செரிக்காமல் ஏற்பட்ட உடல் உபாதையால் பாதிக்கப்பட்டுத்தான் புத்தர் தன் இறுதிக் காலத்தில் இறந்தார் என்றொரு வரலாறும் உண்டு.

அதுமட்டுமல்ல நடந்து கொண்டு இருப்பது நூற்றுக் கணக்கான உயிரினங்களை நெருப்பிலிட்டு நடத்தப்படும் வேள்வியாயினும் அதை முட்டென ஒதுங்கிச் செல்லாமல், அங்கு சென்று அந்த வேள்வியைச் செய்து கொண்டிருப்போருடன் பேசத் தயங்காதவர் புத்தர். அவர்களை வென்றெடுப்பதையே நோக்காகக் கொண்டு வாழ்ந்தவர்.

திரு.வி.கலியாணசுந்தரனார் இவற்றையெல்லாம் புறந்தள்ளி, சமணம், பௌத்தம் இரண்டிற்கும் உள்ள வேறுபாடுகளையும்

கருத்தில் கொள்ளாமலே இச்செய்திகளைப் பெய்துள்ளார் என்றே நாம் கொள்ள வேண்டும்.

எனினும் அன்று இராயப்பேட்டை புத்த சங்கத்தில் ஆற்றிய அந்த உரையில் பௌத்தம் குறித்த வெறுப்பு ஏதுமின்றி மிக நல்ல புரிதல்களுடன் மிக நுணுக்கமாகப் பலவற்றையும் அவர் கூறியிருத்தலைத் தொடர்ந்து காண்போம்.

நான்கு

# ஏப். 15, 2018, "தமிழிலக்கியம் முழுமையிலும் பௌத்தத் தாக்கம் விரவிக் கிடைக்கிறது" — திரு.வி.க.

"ஈங்கொரு சமயக் கணக்கனாக நின்று கடனாற்றப் புகுகின்றேன் இல்லை. ஒரு ஆராய்ச்சிக்காரனாக நின்றே கடனாற்றப் புகுகின்றேன்" - என்று தன் உரையைத் தொடங்குகின்றார். திரு.வி.க. தான் சில உறுதியான சமய நம்பிக்கைகளைப் பின்பற்றுபவன் ஆனபோதிலும், தன் நம்பிக்கைகளுக்கு முன்னுரிமை அளிக்காமல் ஒரு ஆராய்ச்சியாளனாக நின்று, என் அறிவிற்குப் பட்டதை உரைப்பேன் என்பது பொருள். அந்த வகையில் தன் உரை முழுவதையும் தனது மத நம்பிக்கைகளின் தாக்கம் ஏதும் இன்றி இங்கே முன்வைக்கிறார் திரு.வி.க.

தமிழிலக்கியங்களில் பௌத்தம் எனும் தன் தலைப்பிற்கேற்ப தொல்காப்பியம், சங்க இலக்கியங்கள், ஐம்பெருங்காப்பியங்கள், திருமுறைகள், கம்பராமாயணம், புராணங்கள், பிற்பட்ட நூல்கள் என்பதாகத் தமிழிலக்கியம் முழுமையையும் பிரித்துக்கொண்டு இவற்றில் வெளிப்படும் பௌத்தக் கருத்துக்களையும், தாக்கங்களையும் சுருக்கமாக முன்வைக்கிறார்.

தொல்காப்பியத்தைத் திரு.வி.க. சங்கத்திற்கு முற்பட்டதாகக் கூறுகிறார். இது சர்ச்சைக்குரிய ஒன்று. தவிரவும் புத்தர் காலத்துக்கு முற்பட்ட நூலாகவும், அதாவது, கி.மு.6ஆம்

நூற்றாண்டுக்கு முற்பட்டதாகவும் அதை அணுகுகிறார். இக்கருத்து உண்மையாயின் பௌத்தத் தாக்கம் ஏதும் அதில் உண்டா எனத் தேடிப் பயனில்லை. இறைமை குறித்துத் தமிழர்களின் பூர்வ நம்பிக்கை எவ்வாறிருந்தது என அறிய மட்டுமே தொல்காப்பியம் பயன்படும் எனக்கூறும் திரு.வி.க. அது ஒருவகையான இயற்கை வழிபாடு என்கிறார். சேய், மால், வேந்து, வண்ணம் என்றெல்லாம் தொல்காப்பியம் உரைப்பது இந்த இயற்கை அழகைத்தான் என்கிறார். அப்போது தமிழர்கள் மத்தியில் சாதி உணர்வும் கிடையாது எனவும், 'கந்தழி' எனக் குறிப்பிடப்படுவது அழுக்காறு, அவா, வெகுளி எனும் இம்மூன்று தீக்குணங்களும் அகன்ற ஒரு கட்டற்ற நிலைதான் எனவும் உரைக்கும் திரு.வி.க. பழந்தமிழர்களிடம் அறம், பொருள், இன்பம் எனும் சிந்தனைதான் இருந்ததே அன்றி 'வீடு' எனும் கருத்தாக்கம் இல்லை எனவும் குறிப்பிடுகிறார். மொத்தத்தில் இறை, மதம், சாதி முதலான கருத்துக்கள் உருவாகாத, இயற்கையோடு இயைந்த ஒரு வாழ்வுக்குரிய காலமாக அவர் தொல்காப்பியக் காலத்தைக் குறிப்பிடுகிறார்.

புத்தர் தோன்றிய காலத்தைச் சொல்ல வருகையில் அதைக் 'கொலையும், குடியும், களவும், சாதிக் கொடுமையும்' வேள்வியின் பெயரால் உயிர்க்கொலைகளும் நிறைந்த காலமென்கிறார். 'இக்கொடுமைகளை ஒழிக்க அறக்கிளர்ச்சி' ஒன்றைச் செய்த ஒரு கிளர்ச்சியாளனாகப் புத்தரை திரு.வி.க. முன்னிறுத்துவது குறிப்பிடத் தக்கது. வேள்வி மற்றும் பிறப்பில் உயர்வு தாழ்வு, அதாவது வருணம் ஆகியவற்றை ஒழித்து, யாண்டும் ஜீவகாருண்யம், சீலம், சமரசம் ஆகியவற்றை ஓம்பிய கிளர்ச்சியாளர்தான் புத்தர் எனக் கூறுவதோடு, இதுவே தொல்காப்பியம் கூறும் பழந்தமிழர்க் கொள்கையும் கூட என முன்வைத்து மேலே நகர்கிறார் திரு.வி.க.

தொல்காப்பியம் குறித்த திரு.வி.க.வின் கருத்தை நாம் ஏற்க வேண்டும் எனில் அதில் ஆங்காங்கு வெளிப்படும் இதற்கு முரணான கருத்துக்களைப் பிற்சேர்க்கைகளாகவே கருதவேண்டும். அப்படியான பிற்சேர்க்கைகள் பழம் நூல்களில் மேற்கொள்ளப்பட்டுள்ளவை உண்மையே.

சங்க இலக்கியங்களான பாட்டு, தொகை மற்றும் கீழ்க்கணக்கு நூல்களைப் புத்தருக்குப் பிந்தியவை என ஏற்கும் திரு.வி.க. அவற்றில் பௌத்த தாக்கங்கள் மிகத் தொடங்கின என வாதிடுகிறார். கொலை, கொல்லாமை, கள்ளுண்ணல், கள்ளுண்ணாமை, பிற சமயக் கோவில்கள், பவுத்தப் பள்ளிகள், ஊன் வேள்வி, ஊனமில் வேள்வி எனத் தமிழ்நாடு அப்போது பெரிய 'கலம்பகமாக' இருந்ததென்றாலும் அவற்றுக்கிடையே கலகம் ஏதும் இல்லாத காலம் அது என்கிறார்.

"நாளடைவில் புத்தர் பெருமானின் அறநெறியே நாட்டில் ஓங்கி வளர்ந்தது. பதினெண்கீழ்க் கணக்கின் பாற்பட்ட நாலடியாரும் திருக்குறளும் இக்கருத்தை உறுதிப்படுத்தும். நாலடியாரும் திருக்குறளும் ஊன் வேள்வியையும், கொலையையும் எத்தனை வன்மையாகக் கண்டித்துள்ளன என விரித்துரைக்க வேண்டியதில்லை. இதனூடாக விளங்குவதென்னை? புத்தர் பெருமானின் சென்னெறியின் வெற்றியே விளங்குகிறது." - என பவுத்தக் கருத்துக்கள் பழந்தமிழ்க் கொள்கையினூடாகப் புகுந்து கலகம் விளைவித்ததன் ஊடாக வேள்விப் பண்பாட்டுத் தாக்கங்களை வீழ்த்தின என்கிறார் திரு.வி.க.

இங்கொன்றைச் சுட்டிக்காட்டுவது அவசியம். நாலடியார், திருக்குறள் ஆகியவற்றினடியாக வெளிப்படும் அறச் சிந்தனைகள் சமணம் சார்ந்தவை என்பதுதான் இன்று பொதுவில் ஏற்றுக் கொள்ளப்படும் கருத்து. எனினும் இங்கு திரு.வி.க. அதைப் பௌத்தத்தின் வெற்றியாகக் குறிப்பிடுகிறார்.

இதுகுறித்த நம் ஐயத்தை அவர் உடனடியாகப் போக்குகிறார்:

"சமணமும் பௌத்தமும் அறத்தில் பெரிதும் வேறுபடுவனவல்ல. மிகச்சில வேறுபாடுகளே யுண்டு. அவ்வேறுபாடுகளை ஈண்டுக் கருதல் அநாவசியம்" - என இதற்கான தன் விளக்கத்தை அளிக்கும் அவர், இரண்டுக்குமான முக்கிய வேறுபாடாகத் தாம் கருதும் ஒன்றை மட்டுஞ் சுட்டிக் காட்டிவிட்டு மேற்செல்வார். அது:

"சமணர் உயிருண்மையை வலியுறுத்துவார்; பௌத்தர் அதை மறுப்பார்"- எனக் கூறி அகலும் திரு.வி.க, 'நாலடியாரைச்

சமண நூல் எனவும், திருக்குறளை சமண அறம் சார்ந்த பொதுநூல்' எனவும் மிகச் சரியாக மதிப்பிடுவார்.

"புத்தர் பெருமானின் அருளறம் திருக்குறளில் யாண்டுங் கமழ்ந்து கொண்டிருத்தலே ஈண்டுக் கருதற்பாலது. அறத்தில் சமண பௌத்த சமயங்களில் எவ்வித மயக்கமும் எவருங் கொள்ள வேண்டியதில்லை." - என அவர் கூறும்போது சிரமண அவைதீக மதங்கள் வலியுறுத்தும் அறங்களில் பெரிய வேறுபாடுகள் இல்லை. உயிருண்மை முதலான தத்துவார்த்த வேறுபாடுகள் வேண்டுமானால் இருக்கலாம் என்றாகிறது. இதுவும் ஏற்புடையதுதான்.

ஐம்பெருங் காப்பியங்களில் சிந்தாமணி பௌத்த நூலாயினும் அதில் காணும் அறங்கள் யாவும் பௌத்தத்திற்கு அரண் செய்பவைதான் என்றும், சமண அறங்களில் பௌத்த அறங்களும் ஒன்றிவிடும் எனவும் கூறும் அவர் தொடர்ந்து சிலப்பதிகாரம், மணிமேகலை எனும் தமிழின் இரட்டைக் காப்பியங்கள் பற்றிச் சொல்வன நம் நெஞ்சை நெகிழ வைக்கும். அது:

"(அந்த) இரண்டு நூல்களின் நினைவு தோன்றும்போதே என் உள்ளம் இன்பக்கடலாடுகிறது. அவ்விரண்டு நூல்களையும் ஈன்ற தமிழ்நாட்டை மீண்டும் காணவேண்டும் என்பது என் தணியாக் காதல்."

சிலப்பதிகாரம் சமணநூல் என்பது ஆய்வாளர்களின் முடிபு. மணிமேகலை பௌத்த நூல் என்பதை விளக்க வேண்டியதில்லை. "சிலப்பதிகாரம் சமண நூலாயினுமாக; பௌத்த நூலாயினுமாக. அதில் பௌத்த அறம் மலிந்து கிடக்கிறது. பௌத்த தருமமே சிலப்பதிகாரம் எனும் நாடகத் தமிழ் நூலாக உருக்கொண்டதென நான் கூறுவேன்" என வியந்து மேற்செல்லும் அறிஞர் திரு.வி.க. கோவலனும் கண்ணகியும் சோழநாடு விடுத்து பாண்டி நாடு செல்லும்போதான வழிநடைக் காட்சிகள் உட்பட எங்கும் சிலப்பதிகாரத்தில் பவுத்த அறங்கள் ஒழுகி வழிகின்றன எனச் சொல்லி. "புத்த பெருமான் எல்லாவற்றையும் தர்மமயமாக்கி விட்டார்" என்பார்.

சிலம்பை இப்படி வியக்கும் கலியாணசுந்தரனார் மனிமேகலையை ஒரு அறநிலையம் எனத் தொழுவார்.

“மணிமேகலையின் சொல்லெல்லாம் அறம். பொருளெல்லாம் அறம். மணிமேகலையின் நாடெல்லாம் அறம். காடெல்லாம் அறம். புத்தர் பெருமானைத் தமிழிற் காட்டும் ஒரு அற நிலையம் மணிமேகலை” - என அவர் நெகிழ்வதை முதல்முறை நான் கண்டபோது என் கண்கள் பனித்தன.

பௌத்தம் அல்லாத பிற சமயத்தார்களின் கொள்கைகளை எல்லாம் ஒவ்வொன்றாகக் கேட்டு மறுப்பதாக அமையும் ‘சமயக் கணக்கர் திறங் கேட்ட காதை’ இல் அக்காலத் தமிழகத்தில் மிளிர்ந்த சமயங்களை எல்லாம் காணக் கிடைப்பதைச் சொல்லி, பூதவாதத்திற்கும் (உலகாயதம்), பௌத்தத்திற்கும் இடையிலான வேறுபாடாக மணிமேகலை முன்வைப்பதை மட்டும் சுட்டிக் காட்டுவார்.

“இம்மையும் இம்மைப்பயனும் இப்பிறப்பே / பொய்மை மறுமையுண்டாய் வினை துய்த்தல்” - எனப் பூதவாதி மறுபிறவி என்பதொன்றும் இல்லை என்பான். ஆனால் ஏற்கனவே புத்த பீடிகையின் மூலம் தன் முற்பிறப்பை உணர்ந்துள்ள மணிமேகலை உள்ளுக்குள் நகைப்பாள். அதற்கு முன்வரை பல்வேறு சமயக் கணக்கர்களின் திறங்களையும் அறிந்து, அவை தவறென்று உணர்ந்தாளென்றாலும் பதில் கூறாமல் அடுத்தவர் கொள்கையைக் கேட்கத் துவங்கும் மணிமேகலை இப்போது இந்த உலகாயவாதியிடம் மட்டும் வாதிட்டு வெல்வாள். இதைச் சுட்டிக் காட்டும் திரு.வி.க. இங்கு சிலர் பௌத்த தத்துவம் உலகாயதம் தான் எனச் சொல்வதை நினைவூட்டி, அவர்கள் பௌத்த நூலாராய்ச்சி இல்லாதோர் என்பார். “இம்மை, மறுமை, நல்வினை, தீவினை, உயரிய நிர்வாண நிலை முதலியன பௌத்தத்திலுண்டு. இவ்வுண்மை மணிமேகலையை ஒருமுறை வாசிப்போர்க்கும் இனிது புலனாகும். மெய்யுணர்வு விளங்கியதும் பழம்பிறப்புணர்தல் என்பது பௌத்தத்தின் சிறந்த கொள்கைகளுள் ஒன்று” எனக் கூறி மணிமேகலைக் காலத்து அறஞ்செறிந்த தமிழ்நாட்டை மீண்டும் காண்போமா என வியப்பார்.

"மணிமேகலை நமக்கு வழங்கும் அமுதச் செம்பொருள்களைப் பருகாத மக்கள் மக்களா என்று வினவுகிறேன். மணிமேகலையில் எங்கணும். அறம்; எங்கணும் அன்பு; எங்கணும் அருள். மணிமேகலையில் சாதி கடிதல், பலி யொழித்தல், உயிர்க்கொலை நிறுத்தம் முதலியன யாண்டும் யாண்டும் மிளிர்கின்றன. மணிமேகலையில் ஒப்புரவில்லா இடமுண்டோ பழம் பிறப்புணர்வோ மணிமேகலையில் பரந்தொளிர்கிறது. அவ்வற நூலின் மாண்பை என்னென்று சொல்வேன்?"- என சமயக் கணக்கர் திறம்கேட்ட காதையில் நெஞ்சுருகிச் சொல்வார். மதவெறுப்பை நீத்த இந்தப் பெருந்தகை.

வளையாபதி, குண்டலகேசி எனும் இரு பௌத்த காப்பியங்களும் இன்று முழுவதும் கிடைக்காமற் போனமைக்காக மனம் நெகிழும் திரு.வி.க. கிடைக்கும் பாக்களின் ஊடாகப் பார்க்கும்போது முன்னதில் பௌத்தம் உயிர்நாடியாக உள்ளதும், பின்னதில் 'பழம் பௌத்தம்' ஒளிவதும் கண்கூடு என்பார்.

பழம் பௌத்தம் எனத் தான் சொன்னதற்கான காரணத்தையும் விளக்குவார். சமணம், பௌத்தம் இரண்டும் பின்னாளில் சமய வாதங்களில் ஈடுபட்டன என்றும், "அறம் எனும் உயிர்நாடி அறப்பெற்று வெறும் பெயர் எனும் உடலங்களாக மட்டும் உலவலாயின" என்றும் விளக்கி, காப்பிய காலத்திற்குப் பிந்திய பௌத்த சமண மதங்கள் தமது அறப் பண்பில் தாழ்ந்தன என உணர்த்துவார். எனினும் எல்லா சமயங்களுக்கும் நேரும் கதி இதுதான் எனவும், மக்களின் குறைபாடுகளே அதற்குக் காரணம் எனவும் ஆறுதல் கொள்வார்.

அடுத்ததாகத் திருமுறைகளில் பௌத்தம் குறித்துப் பேச உள்ள நிலையில் இப்படியான ஒரு முன்னுரைப்பு சைவ நெறியாளரான திரு.வி.க.வுக்குத் தேவைப்படுவதைப் புரிந்து கொள்கிறோம். எனினும் அவர் சொன்னதை நம்மால் முற்றிலும் மறுக்கவும் இயலாது. அரச மதங்களாக இன்று இலங்கையிலும், மியான்மரிலும் கோலோச்சும் பௌத்தம் அவ்வாறு தன் அற அடிப்படைகளை இழந்து நிற்பதைப் பார்க்கிறோம்தானே.

# ஐந்து

## திருமுறைகளிலும் பௌத்தம் விளைவித்த தாக்கங்கள்

திருமுறைகளில் பௌத்தம் என்கிற தலைப்பில் திரு.வி.க அவர்கள் என்ன கூறுவார் என்பதை நம்மால் ஊகிக்க முடிகிறது. சைவ, வைணவ பக்தி இலக்கியங்கள் ஒன்றுக்கொன்று சளைக்காமல் கடுமையான சொற்களால் கண்டித்துக் கொள்வதையும், சிரமண மதத்தினர் மீது வெளிப்படையாகவே வன்முறைகளை ஏவுவதையும் பேராசிரியர்கள் கைலாசபதி, கோ.கேசவன் ஆகியோர் மிக விரிவாகப் பேசியுள்ளதை அறிவோம். வன்முறைகள் ஏவப்பட்டதோடும் கதை முடிவதில்லை. அவற்றைப் பின்பற்றுவோர் மீது வன்முறைகள் மேற்கொள்ளப்பட்டன. சமணம் கிட்டத்தட்ட அழிக்கப்பட்டது. பௌத்தம் 12ம் நூற்றாண்டுவரை தாக்குப்பிடித்த போதும் பெரிய செல்வாக்குடன் அது இல்லை. நசிந்துகொண்டுதான் இருந்தது.

தீவிரச் சைவப் பற்று மிக்க திரு.வி.க. அவர்கள் அந்த விடயங்களைச் சற்றே அடக்கி வாசிக்கிறார். சைவ - வைணவ

பக்தி இலக்கியங்களில் காணப்படும் இந்த வன்முறை வெளிப்பாடுகள் பிற்காலச் சேர்க்கையாக இருக்கலாம் எனப் பொருள் படும்படி தான் சந்தித்த ஒரு உண்மை நிகழ்வை விரிவாகப் பேசுகிறார்.

அவர் காலத்தில் சிவானந்த சுவாமிகள் என்பவரின் 'ஞானசூரியன்' எனும் நூல் பெரிய அளவில் சைவர்களால் விரும்பிப் படிக்கப்பட்ட நூலாக இருந்துள்ளது. அதில் ஞானசம்பந்தரின் சமணர்களைக் கழுவேற்றியது பற்றிய குறிப்பில் உள்ள,

"அந்தணாளர் புரியும் அருமறை
சிந்தை செய்யா அருகர் திறங்களைச்
சிந்த வாதுசெய்யத் திரு உளமே"

எனும் வரிகளில் இரண்டாவது வரியில் உள்ள "திறங்களை" எனும் சொல் 'சிரங்களை' என மாற்றப்பட்டிருத்தலை திரு.வி.க. கண்டு குழம்புகிறார். பல பிரதிகளையும் ஒப்பிட்டு மூல பாடம் 'திறங்களை' என்பதாகத்தான் இருக்க வேண்டும் என உணர்கிறார். மணிமேகலையில் அமைந்துள்ள 'சமயக் கணக்கர் திறங்கேட்ட காதை' என்பதிலிருந்து 'திறம்' என்பதற்குச் சமயம் தொடர்பான கொள்கை அல்லது புலமை என்பதாகப் பொருள் கொள்ளலாம். அதன்படி இவ்வரிகளுக்கு, "அந்தணர் ஓதும் அரிய மறைகளைச் சிந்தையில் ஏந்தாத சமணர் தம் சமயக் கருத்துக்களை வீழ்த்துமாறு வாதுசெய்ய அருள் புரிவாய்" என இறைவனை வேண்டுவதாகப் பொருள் அமைகிறது. ஆனால் ஞானசூரியனில் உள்ள திருத்தம், "அருமறைகளை ஏற்காத சமணர் தம் சிரங்களை வீழ்த்துமாறு" சம்பந்தர் இறைவனை வேண்டுவதாகப் பொருளாகிறது.

இது குறித்து ஒருநாள் நூலாசிரியர் சிவானந்த சுவாமிகளையே திரு.வி.க. அவர்கள் கேட்கிறார். அதற்கு அவர் தனக்கு அப்படி அச்சாகியுள்ளது தெரியாது எனவும், அதைத் தாம் சண்முகஞ் செட்டியார் என்பவரிடம் அச்சியற்றக் கொடுத்தபோது அங்கு நடந்த பிழையாக இருக்க வேண்டும் எனவும் பதிலுறுக்கிறார்.

இச்சம்பவத்தை இத்தனை விரிவாக திரு.வி.க. சொல்வதென்பது இப்படித்தான் சிரமண முனிவர்கள் மீதான சைவ - வைணவப் பக்தி இலக்கியங்கள் அனைத்திலும் வெளிப்படும் வன்முறைகள் எல்லாம் பின்னர் இடைச் செருகல்களாக ஏற்படுத்தப் பட்டவைதான் என்பதைச் சுட்டிக்காட்டும் நோக்கில்தான்.

“பின்னாளில் புத்தி பூர்வமாகவும், அபுத்தி பூர்வமாகவும் இப்படிப் பிழை நிகழ்தல் இயல்பு. அப்பிழைபாடுகளைச் சரித்திர உலகில் ஏற்றுவது ஆராய்ச்சிக்காரர் செயலன்று” - எனக் கூறி மேற்செல்வார் திரு.வி.க.

பல ஆண்டுகளுக்கு முன் நான் ஒருமுறை சம்பந்தரின் திருஆலவாய் திருமுறை திருப்பதிகத்தில் உள்ள,

மண்ணகத்திலும் வானிலும் எங்குமாம்
திண்ணகத் திரு ஆலவாயாய் அருள்
பெண்ணகத்து எழில் சாக்கியப்பேய் அமண்
தெண்ணர் கற்பழிக்கத் திரு உள்ளமே

எனும் வரிகளை எடுத்தாண்டு சமய வன்முறைகளைப் பற்றி எழுதிய கட்டுரை ஒன்று குறித்து தஞ்சைப் பேராசிரியர் தட்சிணாமூர்த்தி அவர்கள் நேரில் வந்து சந்தித்து “கற்பழித்தல்” என்பதற்கு இங்கு “கல்விச் செருக்கை அழித்தல்” எனப் பொருள் கொள்ள வேண்டும் என விளக்கமளித்துச் சென்றது நினைவுக்கு வருகிறது.

தமிழறிஞர்கள் நன்னோக்கத்துடன் இப்படி விளக்கமளித்தபோதும், அப்படியான விளக்கங்களில் சில உண்மைகளும் இருந்த போதிலும் தமிழ் மண்ணில் அவைதீக மதங்களின் மீது பக்தி இயக்கம் மேற்கொண்ட வன்முறைகளை எல்லாம் அப்படி அல்ல என மறுதலித்தல் சாத்தியமில்லை.

தொடர்ந்து பேசும்போது திருமுறைகளில் இறுதியான பெரியபுராணத்திலும் பௌத்தம் நுழைந்துள்ளது என பௌத்தத் தாக்கம்தான் வைதீகத்திற்குள் அறச்சாத்தியங்கள் நுழைவதற்குக் காரணமாயிருந்தது எனும் தன் கருத்தை மீண்டும்

உறுதிப்படுத்துவார் திரு.வி.க. அதற்குச் சான்றாக இந்து தர்மம் முன்வைக்கும் வேள்வியை நம் பெரியபுராணம் 'ஊனமில் வேள்வி' என உரைப்பதைச் சுட்டிக் காட்டுவார்.

"ஊன் வேள்வியை ஊனமில் வேள்வியாகச் செய்தது எது? புத்தர் பெருமான் அறமன்றோ? திருமுறைகள் பௌத்த மதத் தர்க்கங்களை மறுத்துரைப்பினும் பௌத்த தர்க்கங்களை ஏற்றுக் கொண்டிருத்தல் கருதத்தக்கது" - என முடிப்பார்.

இந்து தர்மத்தில் ஏதேனும் அறக் கருத்துக்கள் இருக்குமாயின் அவை வைதீக மதிப்பீடுகளை மறுத்த பௌத்த சிந்தனைகளின் கொடைதான் எனப் பறைசாற்றும் வகையில் அறிஞர் திரு.வி.க. அவர்களின் சிந்தனைகள் அவருடைய காலகட்டத்தில் மிகவும் புரட்சிகரமானவை என்பதில் ஐயமில்லை.

# ஆறு

## “இந்து மதத்தில் உள்ள நற்கூறுகள் யாவும் பௌத்தத்தின் கொடையே” — திரு.வி.க.

**வை**ணவ இலக்கியங்களில் பௌத்தத் தாக்கம் குறித்துப் பேசும்போது திரு.வி.க. கம்ப இராமாயணத்தோடு நிறுத்திக் கொள்கிறார். நேரமின்மை ஒரு காரணமாக இருந்திருக்கலாம். வடமொழியின் செல்வாக்கு தமிழுக்கு இணையாக மேலெழுந்திருந்த காலம்தான் சோழர்களின் காலம். இதைச் சரியாக அடையாளம் கண்டு பதிவு செய்கிறார். ஆனால் இன்றைய தமிழ் தேசியர்கள் அதைக் கமுக்கமாக மறைத்துக் கொண்டு சோழர் காலத்தைப் பொற்காலமாகக் கொண்டாடுவது வேறு கதை.

வால்மீகிக்கும் கம்பனுக்கும் இடையில் ஆயிரம் ஆண்டுகளுக்கு மேல் இடைவெளி உள்ளது. இந்த ஆயிரம் ஆண்டுகளில் இராமன் வெறும் காப்பிய நாயகனாக மட்டுமின்றி அவதார நாயகனாகவும் உயர்த்தப்படுகிறான். கம்பர் தன் காப்பியத்திற்கு இட்ட ‘இராமாவதாரம்’ எனும் பெயரே இதை உணர்த்தும். என் கட்டுரைகளில் இவற்றை விரிவாக விளக்கியுள்ளேன். இப்படி இராமனை அவதாரமாக உயர்த்திக் காட்டவும்

இராமாயணத்தை ஒரு புனித நூலாகப் படைக்கவும் கம்பர் மூலக் காப்பியத்தில் எத்தகைய திருத்தங்களை மேற்கொள்கிறார் என திரு.வி.க. அவர்கள் கூறுபவை இங்கே நம் கவனத்திற்குரியன.

இராமாயணப் பாத்திரங்களிடம் இருந்ததாக வால்மீகியால் அடையாளங்காட்டப்பட்ட அறமற்ற பண்புகளைம், செயல்பாடுகளையும் தன்னுடைய மறு உருவாக்கத்தில் கம்பர் செதுக்கி நீக்கி விடுவதை திரு.வி.க. சுட்டிச் செல்லுகிறார். சீதையை இராவணன் கடத்திச்செல்லும் முறை வால்மீகியில் எவ்வாறு சித்திரிக்கப்படுகிறது, கம்பர் அதை எவ்வாறு ஒப்பீட்டளவில் பண்புடையதாக ஆக்க முயல்கிறார் என்பதையும், வால்மீகியில் காப்பிய நாயக, நாயகியரான இராமன், சீதை எல்லோரும் புலால் உண்பவர்களாக இருப்பதை எவ்வாறு கம்பர் மாற்றி அமைத்து அவர்களைப் புலால் உண்ணாதவர்களாகச் சித்திரிக்கிறார் என்பதையும் சுட்டிக் காட்டி,

“சகோதரிகளே! சகோதரர்களே! பெண்களை இழிவுபடுத்த கம்பர் நெஞ்சம் எழவில்லை. இம்மாற்றத்திற்குக் காரணம் யாது? கம்பர் உள்ளத்தில் புகுந்துள்ள தமிழ் பௌத்த அறமேயென்று யான் சொல்வேன். பௌத்த அறங்கள் தமிழ் நூல்களில் புகுந்து செய்யும் நலத்தை என்னென்று நவில்வேன்?”

என வியப்பது குறிப்பிடத்தக்கது.

அற மதிப்பீடுகள் தமிழ் இலக்கியங்களிலும் வாழ்விலும் எங்கெல்லாம் தென்பட்டாலும் அவை பௌத்தம் அளித்த கொடைதான் என அவர் துணிந்து கூறிவருவதை நாம் கவனத்தில் பதிக்க வேண்டும்.

அடுத்து தமிழ்ப் புராணங்களில் தென்படும் பௌத்தத் தாக்கங்களைப் பற்றிச் சிலவற்றைச் சொல்கிறார். “புராண உலகத் தோற்றத்துக்குக் காரணமாக அமைந்தது பௌத்தமே”- எனக் கூறும் திரு.வி.க.

“சாதாரண மக்கட்கு பௌத்த தர்மம் பயன்படும் பொருட்டு புத்தர் ஜாதகக் கதைகள் எழுதப்பட்டன. அவை மக்கள் உள்ளத்தைக் கவர்ந்தன. கதைகள் பெரும்பான்மையோர்

நெஞ்சைக் கவர்வது இயல்பு. ஜாதகக் கதைகளால் விளையும் பயன்களைக் கண்ட ஆரியர்கள் புராணக் கதைகளை எழுதினார்கள். அப்புராணங்கள் பின்னே தமிழுலகிலும் புகுந்தன" - என அவர் சொல்வது ஆய்வுலகில் எல்லோராலும் ஏற்றுக்கொள்ளப்பட்ட ஒரு கருத்து. தொடர்ந்து,

"புராணங்களில் கொல்லாமை, ஐம்பொறி அடக்கல், பொறுமை, இரக்கம். தவம், அன்பு, அறிவு, மெய் என்னும் எட்டு மலர்களை அடிப்படையாகக் கொண்ட கதைகள் பல காணலாம். முப்பத்திரண்டு அறங்கள் யாண்டிருந்து முளைத்தன? உயிர்கட்கு உதவல் என்னும் கருத்துக்கே பிறப்பிடம் பௌத்த மதமென்று நான் உறுதியாக நம்புகிறேன். அக்கருத்து பின்னே பல சமயங்களில் நுழைந்தது. கொல்லாமை, ஜீவகாருண்யம் முதலியன எங்கெங்குள்ளனவோ ஆங்காங்கெல்லாம் பௌத்த தர்மம் உண்டெனக் கொள்க. புராணங்களில் அறவொழுக்கப் பாக்கள் அளவின்றிக் கிடக்கின்றன. அவை அனைத்தும் பௌத்த மதத்தின் செல்வாக்கைக் குறிப்பன என்பது எனது உள்ளக்கிடக்கை."

எனக் கூறும் திரு.வி.க. அறத்தைப் போற்றும் புராணப் பாடல்கள் சிலவற்றை மேற்கோளாகக் காட்டுகிறார்.

1. "அறமே மறங்கண் முழுதழிக்கும் அறமே கடவுளுலகேற்றும்
அறமே சிவனுக்கொரு வடிவம் ஆகுஞ் சிவனை வழிபடுவோர்க்கு
அறமே எல்லாப் பெரும்பயனும் அளிக்கும் யார்க்கும் எவ்விடத்தும்
அறமே அச்சந் தவிர்ப்பதென அறைந்தான் சரதா தப முனிவன்"

2. "தருமமே யுலகம் போற்றச் சகல காரணமதாகும்
தருமமே அழியாதென்றுந் தாபரமாகி நிற்கும்
தருமமே தனை வேட்டோர்க்குச் சவுக்கியம் அனைத்தும்
தருமமே முத்தி சாதனம் என்றும் கொள்"

என்கிற இரு புராணப் பாக்களை பௌத்தம் சைவத்துள் ஏற்படுத்திய தாக்கத்தின் விளைவுகட்கு எடுத்துக்காட்டாக வைக்கும் வி.க., புராணப் பாடல்கள் பலவும் அறத்திற்குப் புறம்பாகவும் அமைந்துள்ளனவே என்கிற கேள்விக்கு,

"அவையாவும் அறம் பொலியாத நெஞ்சுடைய மறவோரால் பாடப்பட்டன என்று யான் சொல்வேன்" என முடிக்கிறார்.

குப்பைகள் என நாம் புறந்தள்ளும் அளவிற்கு மூட நம்பிக்கைகளும் பக்திக்கு அடையாளமாக மகனையே அறுத்துக் கறி சமைத்துச் சிவனடியார்க்கு விருந்தளிப்பது போன்ற அபத்தங்களும், எல்லாவிதமான ஒழுக்கக்கேடுகளும் நிறைந்தவைகளாகத்தான் நம் புராணங்கள் அனைத்தும் உள்ளன. அதை திரு.வி.க.வால் மறுத்துவிட இயலவில்லை. எனினும் அவற்றில் ஏதேனும் அறங்கள் வெளிப்படுமானால் அது பௌத்தத்தின் கொடையாகத்தான் இருக்க முடியும் என்பதை வெளிப்படையாகச் சொல்லிவிடும் அளவிற்கு திரு.வி.க. அறிவு நேர்மை மிக்கவராக இருந்ததை நாம் புரிந்து கொள்கிறோம்.

பௌத்தம், சமணம் முதலிய சிரமண நெறிகள் எல்லாவற்றைக் காட்டிலும் அறத்தையே முன்னிலைப்படுத்தின. மற்ற மதங்கள் கடவுளையும், சடங்குகளையும், பக்தியையும் முன்வைத்த இடத்தில் அவை அறம் ஒன்றையே முதன்மைப்படுத்தின. எனவே இந்திய மண்ணில் நல்லொழுக்கங்களையும் அறத்தையும் யார் பேசினாலும் அது இங்கிருந்த சிரமண மதங்களின் தாக்கத்தின் விளைவே என்பதைத் திரு.வி.க. அன்றி வேறு யாரும் சொல்லியிருக்க சாத்தியமே இல்லை.

இறுதியாக சம காலத்திற்கு ஒப்பீட்டளவில் அருகாக உள்ள தாயுமானவ சுவாமிகளையும், வள்ளல் பெருமானையும் எடுத்துக் கொண்டு அவர்கள் எப்படி பௌத்தத்தால் மேன்மையுற்றனர் என்பதைச் சுருக்கமாக விளக்குகிறார் திரு.வி.க. எல்லோரும் இன்புற்றிருக்க நினைப்பதல்லால் வேறொன்றறியேன் பராபரமே எனத் தான் மட்டுமின்றி உலகே இன்புற்றிருக்க வழி என்ன எனச் சிந்தித்த தாயுமானவர் கொல்லாமை குறித்துப் பாடியவற்றையெல்லாம் பட்டியலிடுகிறார்.

"கொலைகளவு கட்காமம் கோபம் விட்டாலன்றோ
மலையிலக்கா நின்னருள்தான் வாய்க்கும் பராபரமே"

என சுவாமிகள் கரைந்துருகுவதை எல்லாம் மேற்கோளிட்டு,

அவற்றில், "பௌத்த தர்மம் தாண்டவம் புரிவதைக் காண்க" என மெய்சிலிர்ப்பார் திரு.வி.க.

இராமலிங்க அடிகளோ அம்பலத்தே நடிக்கும் பெருந்தகையாளனான சிவனின் பேர் சொல் எனத் தன்னைக் கேட்டபோது, தான் இம்மியும் தயங்காது, "அருகர் புத்தராதியென்பேன்" எனத் தொடங்கி நாராயணன், ஆதிசிவன், பரமன், பிரம்மன், பரப்பிரம்மன் என்றெல்லாம் வரிசையாகச் சொல்லி எல்லாம் இறைமையின் பல்வேறு வடிவங்கள்தான் எனப் பொருள்படப் பதிலளித்தவர். இப்படி வைதீக நெறியில் இறையாகப் போற்றப்படுவோரையும், அருகனையும், புத்தனையும் அவர் ஒருசேர ஏற்றுக்கொள்வதோடு, எல்லோருக்கும் முதன்மையாக அவர்களை முன்வைத்தவர். அவரைப் பொறுத்த மட்டில் எல்லாம் ஓரிறையின் சித்து விளையாட்டுகள்தான். சுவாமிகளின் இப்பாடலை மேற்கோள் காட்டுவதொன்றே அவர் மீது பௌத்தம் விளைவித்த தாக்கத்திற்குச் சான்று என திரு.வி.க வள்ளல் பெருமான் மீது பௌத்தம் விளைவித்த தாக்கம் குறித்த தன் குறிப்பை முடித்துக் கொள்வார்.

இறுதியாக அவர் எல்லாவற்றையும் தொகுத்துச் சில பத்திகளில் சொல்வதை நாம் இவ்வாறு சுருக்கிச் சொல்லலாம்:

உலக சமரசத்திற்கு பௌத்தத்தின் துணை இன்றியமையாதது. பௌத்த தர்மம் எச்சமயத்தில் இல்லை? அது எல்லாச் சமயங்களிலும் நுழைந்துள்ளது. ஹிந்து தர்மத்தில் பௌத்த தர்மங்கள் பல நுழைந்துள்ளன, சிரார்த்தச் சடங்குகளில் கன்றுக் காளைகள், முள்ளம் பன்றி முதலியவை பயன்படுத்தப்பட்டு வந்தன. அவைகளினிடத்தில் இப்போது வாழைத்தண்டு, பலாக்காய்கள் முதலியன புகுந்துள்ளன. இந்த மாற்றம் எதனால் விளைந்தது? பௌத்தமே அதைச் சாதித்தது. சைவ, வைணவ ஆலயங்கள் பின்னாளில் எங்கும் முளைத்தன. ஆனால் இவற்றிற்கு முன்னோடியாகவும் பௌத்த சேதியங்களே இருந்தன. வேத காலத்தில் ஏது ஆலய வழிபாடு?

சைவ ஆலயங்களில் மேற்கொள்ளப்படும் பிச்சாண்டி சேவை என்பதென்ன? புத்தர் எல்லாவற்றையும் துறந்து, அரச வாழ்வை

நீத்து நிர்வாணக் கோலம் கொண்டதைக் காட்டுவதுதானே அது? பிச்சாண்டி சேவைக்கு முந்திய சேவைகள் புத்த பெருமானின் அரச வாழ்வையும், பிச்சாண்டி சேவை அவரது அற வாழ்வையும் காட்டுவதுதானே.

ஆனால் ஹிந்து மதத்தில் நுழைந்த இந்த அறநுட்பங்கள் இப்போது போலியாகிவிட்டன. எனவே மீண்டும் ஹிந்து மதத்திற்கு பௌத்த தர்மம் தேவை என்பதைச் சொல்ல வேண்டியதில்லை.

“பௌத்தம் இந்தியாவினின்றும் துரத்தப்பட்டது எனச் சிலர் சொல்கிறார். அது தவறு. பௌத்தம் ஹிந்து மதத்தில் நுழைந்தேயுள்ளது. ஹிந்து மதத்திலுள்ள குப்பைகளை ஒழிக்கவே பௌத்தம் தோன்றிற்று.” - என முத்தாய்ப்பாய்ச் சொல்லி முடிப்பார் நம் பெரு மதிப்பிற்குரியவராய் இப்படி விளங்கும் அறிஞர் கலியாணசுந்தரனார்.

திரு.வி.க. முதலானோர் காந்திய சகாப்தத்தில் வாழ்ந்தவர்கள். காந்தியை வழிகாட்டியாய்க் கொண்டவர்கள்.

“சமணமும் பௌத்தமும் ஹிந்து மதத்துடன் பிணக்குறுவன அல்ல என்றும், சமணமும் பௌத்தமும் ஹிந்து மதத்தைப் போதிய அளவு சீர்திருத்தின என்றும், பௌத்தம் அகத் தீய்மையை நேர்மை வழியில் வலியுறுத்திற்றென்றும் பௌத்தம் அகத் தூய்மைகுரியதென்றும், அது போலிச் செருக்குயர்வுகளைக் களைந்ததென்றும் மகாத்மா காந்தி பன்முறை கூறியிருக்கிறார்.”

என, திரு.வி.க. அளிக்கும் வாக்குமூலத்திலிருந்து நாம் ஒன்றைப் புரிந்துகொள்கிறோம். ஒரு காலத்தில் பௌத்த அறங்களை விளக்கிப் பேசிய கூட்டங்களில் சென்று குழப்பம் விளைவித்த இளைஞன் கலியாணசுந்தரத்திற்கு இன்று இந்தப் போதம் யாரால் வந்தது? அவரது சுய தேடல் ஒரு முக்கியப் பங்கு வகிக்கிறதென்றால் அவர் காலத்தில் இளைஞர்களுக்கு ஆதர்சமாகவும், பின்பற்றத்தக்க அற - அரசியல் வழிகாட்டியாகவும் இருந்த மகாத்மா காந்தி இந்த

மாற்றத்தில் ஒரு முக்கியப் பங்கு வகித்துள்ளார் என்பதுதான் அது.

அந்த உரையின் இறுதியாக, கலியாணசுந்தரனார் கடவுள் கோட்பாட்டில் பௌத்தத்திற்கும் இந்து மத அணுகல் முறைக்கும் உள்ள முரண் பற்றிப் பேசுகிறார்.

பௌத்த தர்க்கத்தில் ஆத்மன், ப்ரும்மம் முதலியவற்றிற்கு இடமில்லை என்பதை எனது 'புத்தம் சரணம்' நூலில் நான் விரிவாக விளக்கியுள்ளேன். அந்த வகையில் பௌத்தம் வைதீகத்திலிருந்து பெரிதும் வேறுபடுகிறது. எனினும் ஏற்றத் தாழ்வுகள் மிக்க இச்சமூகத்தில் மக்களுக்கு ஒரு கடவுளும் சில சடங்குகளும் தேவைப்படுகின்றன. இதை மிகச் சரியாக விளக்கியவர் கார்ல் மார்க்ஸ் ஒருவர்தான். 'மதம் மக்களின் அபின்' என அவர் கூறியது அத்தனை ஆழமான ஒரு கூற்று. அதேபோல சமூக வாழ்வில் பிறப்புச் சடங்குகள், இறப்புச் சடங்குகள், திருமணச் சடங்குகள் என்பனவெல்லாம் பல நேரங்களில் சமூக அங்கீகாரங்களாகவும், சட்ட ஏற்பை வழங்குபவையாகவும் ஆகிவிடுகின்றன. இந்தப் பின்னணியில்தான் பௌத்தத்தில் கலந்த பிற மதக் கூறுகளைப் (syncretism) புரிந்துகொள்ள வேண்டும் (பார்க்க : எனது, 'பௌத்தத்தில் கலந்த பிற மதக் கூறுகள்' எனும் கட்டுரை).

திரு.வி.க. இந்த நுணுக்கங்களுக்குள் எல்லாம் போகவில்லை. எனினும் பிரச்சினையை அவர் சரியாகவே விளங்கிக் கொண்டுள்ளதை நாம் புரிந்துகொள்கிறோம். கடவுள் எனும் கருத்தாக்கத்தைத் தன் சொல்லாடலுக்குள் கொண்டுவராத புத்தரே இறுதியில் கடவுளாக்கப்பட்டதை அவர் சுட்டிக் காட்டுகிறார். எனினும் பௌத்தத்தின் தோல்வியாக அதை அவர் சொல்லவில்லை. மாறாக இந்துமதத்தின் கடவுள் என்கிற கருத்தாக்கத்திற்கும், பௌத்தர்கள் புத்தரைக் கடவுளாகக் கொண்டுள்ளதற்கும் உள்ள வேறுபாட்டைச் சரியாகவே சுட்டிக் காட்டுகிறார். இந்து மதத்தில் கடவுள் என்பவர் படைப்பாதித் தொழில் செய்பவர். "பௌத்தர்களோ கடவுளை அவ்வாறாகக் கொள்வதில்லை. அவர்கள் கடவுள் என்பதை அறமாகக்

கொள்கிறார்கள்" என முடிக்கிறார் கலியாணசுந்தரனார்.

தன் பேச்சின் இறுதியில் இருபத்தைந்தாண்டுகளுக்கு முன்னர் ராயப்பேட்டையில் அறிஞர் லட்சுமி நரசு தலைமையில் நடந்த கூட்டத்தை நினைவு கூர்கிறார். இந்தக் கட்டுரையின் தொடக்கத்தில் அதுபற்றிக் கூறியுள்ளேன். தீவிர சைவரான அவர் அன்று அந்தக் கூட்டத்திற்குச் சென்றது அதைக் கலைத்துக் குழப்ப. இன்று அதே கூட்டத்தில் அவர் பௌத்தத்தை முழுமையாக உள்வாங்கி அறிந்து அழகாக அலசி நம்மை வியக்க வைப்பதற்கான அடிப்படை அவரது திறந்த மனத்தில் இருந்ததை நம்மால் விளங்கிக் கொள்ள முடிகிறது.

பௌத்தம் இந்த மண்ணிலிருந்து அழிந்தது எனச் சொல்வது பொருளற்ற பேச்சு. மாறாக அது இங்கு இன்று நிலவும் எல்லா இந்திய மதங்களிலும் ஊடுருவி அவற்றின் போற்றத்தக்கக் கூறுகளாக நின்று ஒளிர்கிறது என்கிற அவரது கூற்று இந்திய பௌத்தம் குறித்த புரிதலுக்கு ஒரு மிக முக்கியமான பங்களிப்பு.

★★★

www.ingramcontent.com/pod-product-compliance
Lightning Source LLC
LaVergne TN
LVHW100311051026
849517LV00006B/2255
*9789395511896*